ஏதோ ஒரு பக்கம்
2010 – 2011

ஏதோ ஒரு பக்கம்

2010–2011

இரா. முருகன்

எழுத்து பிரசுரம்

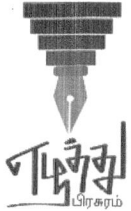

Title: Etho Oru pakkam
Author's Name: Era. Murugan
Copyright © Era. Murugan -2025
Published by Ezutthu Prachuram

All rights reserved. No part of this publication may be reproduced, stored in a retrieval system, or transmitted, in any form or by any means, electronic, mechanical, photocopying, recording, psychic, or otherwise, without the prior permission of the publishers.

Ezutthu Prachuram
(An imprint of Zero Degree Publishing)
No.75 & 76, Kuppusamy Street,
Balaji Nagar,
Padi,
Chennai - 600050

Website: www.zerodegreepublishing.com
E Mail id: zerodegreepublishing@gmail.com
Phone: 89250 61999

Ezutthu Prachuram First Edition: February 2025
ISBN: 978-93-48439-61-1
TITLE NO EP:559

Rs. 200/-

Cover Design & Layout: Vijayan, Creative Studio
Printed at Manipal Technologies, India

பொருளடக்கம்

1. இரவு 7
2. முன்னுரைகளின் முகவுரை 19
3. பட்வா 30
4. தமிழ்ப் பாட்டு படும் பாடு 33
5. நிக்கோலா பெனடிட்டி 34
6. சீறுநீர் கழிக்கும் நாய் 38
7. கதிரேசன் செட்டியாரும் Bt கத்தரிக்காயும் 39
8. தம்புராட்டி 44
9. பச்சடித்தல் 48
10. சரஸ்வதி பூஜையும் ஒரு காலும் 49
11. செம்மண் பூமியின் சமீபத்து சரித்திரம் 55
12. கும்பகோணம் 60
13. பெருவழி சிறுநீர் 66
14. கடல்கோள் பயணம் 68

15. சினிமாவில் வந்து போனது 72
16. விடுமுறையில் கால்நடை 74
17. கல்லறைக்காரர் 81
18. வெண்பா இல்லை, வேம்பா 84
19. கஜலும் கவிதையும் 85
20. க்ருஷாங்கினி 88
21. பயண இலக்கிய பஜனை 89

நேர்காணல்கள்

22. எம்.டி.வாசுதேவன் நாயரோடு ஒரு நேர்காணல் 94
23. நீல.பத்மநாபனுடன் ஒரு நாள்
    நேர்காணல்: பங்கு பெற்றவர்கள் –
    கமல் ஹாசன், இரா.முருகன் 108
24. என்.எஸ்.மாதவன் – ஒரு நேர்காணல் 141

இரவு

சூர்யோதயம். எத்தனையோ வருஷம் கழிச்சு இதை ரசிச்சுப் பார்க்கறேன்.

திரைப்படத்துக்கு நான் எழுதிய முதல் வசனம் இது.

ராத்திரியில் எழுதியது. ஆபீஸ் முடிந்து வந்து சுக்கா ரொட்டிக்காக சாப்பாட்டு மேஜையில் காத்திருக்கும்போது வேட்டிக்கு மாறாமல், டையைத் தளர்த்தாமல் பஞ்ச பஞ்ச உஷத் காலத்தை எழுத வைத்தது ஒரு தொலைபேசி அழைப்பு. கைப்பேசி பெயர் சொல்லாமல் மறைத்தும் குரல் சொல்லிவிடுகிறது.

'முடிஞ்சுதா சார்?'.

யோகி கேட்கிறார்.

'முடிஞ்சுடும் சார்'.

சப்பாத்தியும் பருப்புக் கூட்டும் தட்டில் வந்து விழுந்ததும் சூர்யோதயத்தோடு முன்னால் போய்விட வேண்டியதுதான்.

அதுக்காக அந்த ராத்திரி கிட்டத்தட்ட முழுவதும் ஒதுக்க வேண்டி வந்தது.

முதல் கவிதை? அது ஒரு ராத்திரியில் தொடங்கியது. எமெர்ஜென்சி கால இரவு.

எழுபதுகளின் மத்தி. அழகான சிவகங்கை நகரம். நடு ராத்திரி கடந்திருக்கும். ராப்பறவை எழுந்திருடா என்று அதட்ட, விழித்துக் கொள்கிறேன்.

அந்த ராப்பறவை கூப்பிடுவது பாதி இரவு போய்க் கழிந்த பிறகுதான். அதன் குரல் கேட்டு முழிப்பு தட்டுகிறதா அல்லது தூக்கம் கலைந்ததால் பறவைக் கூவல் காதில் அடர்த்தியாக விழுகிறதா என்று தெரியவில்லை. ஆனாலும் என்ன? இனிமேல் தூக்கம் போனது போனதுதான்.

வாசல் திண்ணையில் படுத்திருப்பதில் ஒரு சௌகரியம். எழுந்து கொஞ்சம் எக்கிப் பார்த்தால் வானம் தெரியும். தெரிந்தது. அந்தப் பறவை? அது வானத்தில் இல்லை. அழுது வடிந்தபடி தெருவிளக்கு எரியும் கம்பத்தில் உட்கார்ந்து கர்ம சிரத்தையாக என்னை விசாரித்துக் கொண்டிருந்தது.

என்ன வெட்டி முறிக்கப் போறேன்னு நட்டக் குத்த உக்காந்திருக்கே? தூ.குடிக்கி.

எமெர்ஜென்சி பத்தி நினைச்சுட்டு இருக்கேன். இப்படியுமா இந்த இந்திரா காந்தி மார்க்சிஸ்டுகளை உள்ளே தள்ளி கொடுமைப் படுத்துவாங்க?

எல்லாரையும்தான் அந்தப் பொம்பளை ஜெயில் களி தின்ன வச்சு வேடிக்கை பாக்குது. உங்காளுங்க மட்டும் என்ன மேனி வாடாம சீவிக்கிற சன்மங்களா?

இரு வந்து சொல்றேன். மூத்திரம் முட்டிட்டு வருது. நிலைக் கதவைத் தொறந்து பின் கட்டுக்குப் போனா, கதவு போடற சத்தத்திலே வீடு முச்சூடும் முழிச்சிக்கும்.

அட, படி எறங்கி குத்த வையப்பூ. வெள்ளென எளுந்து வாசத் தெளிக்கும்போது நாலு வாளி கூட கவுத்துவிட்டாப் போகுது. செம்மண் ஆச்சே. உள்வாங்கிடும்.

செம்மண் தலைமுறை தலைமுறையாக ரத்தத்தை மட்டும் உள்வாங்கவில்லை.

குத்த வைத்து எழுந்து பார்க்கும்போது ஒரு ரெட்டை மாட்டு வண்டி. மேலே திரை மாதிரி கூண்டு மூடிய கூட்டு வண்டி.

ஜல் ஜல் என்று மாட்டுக் கழுத்தில் மணி ஒலிக்க தெருவோடு வருகிறது. கூடவே ஒரு லாந்தர் வெளிச்சம். வண்டிக்குப் பக்கத்தில் உயர்த்திப் பிடித்துக்கொண்டு, அவ்வப்போது அப்படியும் இப்படியும் லாந்தரை ஆட்டி அணையாமல் பார்த்துக்கொண்டு ஒருத்தன் நடந்து வருகிறான்,

நடு ராத்திரியில் தெருவில் நடக்கிறவர்கள் தவறாமல் முண்டாசு கட்டி இருப்பார்கள். வியர்த்து வடியும் சித்திரை இரவு என்றாலும் இப்படித்தான் என்று எங்கோ எழுதி வச்சிருக்கு. முண்டாசுக்காரா எங்கே போறே?

நான் மனசுக்குள் கேட்டதுக்கு அவனும் மனசுக்குள் பதில் சொல்கிறான். அது என்ன என்று கவனித்துக் கேட்பதற்குள் ராப்பறவை மறுபடி தூ.குடிக்கி என்கிறது.

எதுக்கு கெட்ட வார்த்தை எல்லாம் சொல்றே? நான் ஆத்திரத்தோடு கேட்க அது எக்காளமாகச் சிரித்துக்கொண்டே இருட்டில் மறைந்து போகிறது. அதோடுகூட நாற்பது வாட் தெருவிளக்கு பல்பும் உசிரை விட, நட்சத்திர வெளிச்சம், வண்டிக்காரன் லாந்தர் தவிர வேறே பிரகாசம் இல்லை. தெருக் கோடி போய் வண்டி திரும்பும்வரை அதையே பார்த்தபடி நிற்கிறேன்.

நான்தான் அந்த முண்டாசுக்காரன். வண்டிக்கு உள்ளே என் பெண்சாதி. எங்கே போய்க் கொண்டிருகிறோம்?

அவளுக்கு இடுப்பு வலி எடுத்துடுச்சுடா. ஓடி வா. டாக்டரம்மாவை எழுப்பணும்.

ராப்பறவை இப்போது தந்திக் கம்பத்தில் உடல் நடுங்க வார்த்தை சொல்கிறது. ராப்பறவைகள் இருட்டையும் குளிரையும் மொழி பெயர்த்துத் திட்டுகின்றன.

குளிர இது என்ன மார்கழியா? மார்கழி என்றால் நடுராத்திரிக்குக் கொஞ்சம் முந்தியே அடுத்த நாள் விடிந்துவிடுமே? பனியில் நனைந்த தெரு முழுக்க கோலம், வீட்டு வாசல் மாடப்புறையில் அகல் விளக்கு, கோலம் போட்டபடி பகிர்ந்து கொள்ளும் பெண்பிள்ளைகளின் வம்பு (யாருடா வாசல்லே முட்டக் குத்தி வச்சுட்டு? இங்கே எங்கேயும் நீர்ப் பாசனம் பண்ணிடாதே. கொல்லைக்குப் போய்ட்டு வா) தெருவே பரபரப்பாக இயங்குமே?

மார்கழி இல்லை. வாசலில் ஒரு கோலமும் இன்னும் மலரவில்லை. ஒரு வம்பும் சுவாரசியமாகக் காதில் முனகலிடவில்லை.

மாசி கடைசியா? பங்குனியா? பங்குனி என்றால் பத்து நாள் மண்டகப்படி என்று கோவில் ராத்திரி கழிந்து ரெண்டு, மூணு மணி வரை திமிலோகப்படும். அதிர்வேட்டும், நாதசுரக் கச்சேரியும், வெப்பமான பெட்ரோமேக்ஸ் விளக்கின் எண்ணெய் வாடையுமாக பங்குனி உத்திரம் இனிமேல்தான் வருமோ என்னமோ.

பெட்ரோமாக்ஸ் வாடையில் ஒரு சாவு வீட்டு துக்கம் தூக்கலாக இருக்கும். கோவில் உற்சவம் என்றாலும் இல்லாவிட்டாலும். சாவெல்லாம் ராத்திரிதான் நடக்கும். பெட்ரோமாக்சின் வாடை ராத்திரியின் துக்க வாடையும்கூடத்தான்.

இது பெட்ரோமாக்ஸ் இல்லை. லாந்தர். லாந்தர் வெளிச்சத்திலே கிராமத்து அப்பத்தா ராத்திரி கதை சொல்கிற மென்மை உண்டு. சுடாது. பகட்டத் தெரியாது.

கிராமத்திலிருந்து வருகிற கூட்டு வண்டி. உள்ளே நிறை கர்ப்பமான பெண். அவள்தான் இருக்கிறாள். ராப்பறவை சொன்னால் சரியாக இருக்கும் என்று தெருவில் குரைக்கத் தொடங்கிய நாய்கள் இரண்டு கருத்துத் தெரிவிக்கின்றன.

வாசல் அறையில் கதவைச் சாத்திக்கொண்டு, அலமாரியில் ஒரு நீண்ட டாக்குமென்ட் உறையை எடுக்கிறேன். முழுக்க தனித்தனித் தாள்கள். எல்லாமே நான் போன வருடம் எழுதி வீணாகப் போன கவிதைகள். அந்தப் பச்சைப் பாவாடைக்காரி, பிச்சிப் பூவாடைக்காரிக்கு என்னைப் பிடிக்கவில்லை. நூறு பாட்டையும் என்ன செய்வது? பின் பக்கத்தில் புதுசாக எழுதப் பயன்படுத்தலாமா? மனசு வரவில்லை. மடக்கி வைத்துவிட்டு, வேறே பேப்பர் தேடுகிறேன்.

தாளில் எப்போதோ நாலு வரி உரைநடையாகக் கதை எழுதி நிறுத்தியிருக்கிறேன். கதைக்குள் அமிழ ஆரம்பிக்காத நேரம் அது. தமிழ்ப் புனைகதை உலகம் இன்னும் கொஞ்ச நாள் நிம்மதியாக இருக்கட்டும்.

படித்துப் பழகிய பழக்கத்தில் கவிதையில் பேனா எழுத்தாக ஊர்கிறது.

தூ.குடிக்கி. ராப்பறவை இல்லை. நான்தான். ராத்திரிதான் என்ன மாதிரி எல்லாம் யட்சி வசியமாக நினைப்பையும், கற்பனையையும், பயத்தையும் அள்ளிக் கலந்து வண்ணத்தையும் வாடையையும் வசவையும் பூசுகிறது. பெட்ரோமாக்ஸ் வெளிச்சத்தில் எனக்குள்ளே இருக்கிற இன்னும் யாரையெல்லாம் இழுத்து வந்து வெளியில் நடக்கவிட்டு வேடிக்கை பார்க்கச் சொல்லித் தூண்டுகிறது அது.

சும்மா கெட சவமே.
அதட்டியபடி எழுதுகிறேன்.

(கவிதை)

மூடுவண்டித் திரைக்குப் பின்
முனகிநீ புரண்டிருக்கக்
காற்றணைக்கும் லாந்தர்
கைப்பிடித்துக் கூட வந்து
ஊர் உறங்கும் வேளை
பேர்தெரியா மருத்துவச்சி
வாசலிலே நின்றபோது
பேச்சுக் குரலெழுந்து
நித்திரை கலைந்த
நாய்கள் அதட்டும்.

பத்து வரி எழுதியதும் சொல்லி வைத்தாற்போல் கரன்ட் போய்விடுகிறது. அது மட்டும் நாற்பது வருடமாக ஒரு குறைவும் இல்லாமல் கிரமமாக நடக்கிறது.

இனி எப்போது வரும் என்று தெரியாமல் பேப்பரை மடக்கி வைத்துவிட்டு மீதிக் கவிதையை யோசித்தபடி திரும்பப் படுக்கிறேன். கொசுவின் ரீங்காரம். வாசல் பக்கம் அசுத்தம் செய்யாதேன்னா கேட்டாத்தானே. அது சொல்லும்போது கவிதையை முடித்திருக்கிறேன். தூங்கியும் இருக்கிறேன்.

ராத்திரி எழுதிய முதல் கவிதை 'கிராமத்துப் பெண்ணின் தலைப் பிரசவம்'. கனவையும் கவிதையையும் தனித் தனியாகக் கைவசப்படுத்தவும், கலந்து கட்டியாகக் கொடுத்து வேடிக்கை பார்த்து சிரிக்கவும் இரவுக்குத்தான் முடியும். அது ஒரு முழுப் போக்கிரி. போக்கிரிகள் சுருட்டுக் குடிப்பார்கள். நல்லவர்கள் அந்த வாடையை அனுபவிப்பார்கள். எனக்கு சுருட்டும் பிடிக்கும்.

ராத்திரியும் பிடிக்கும். போக்கிரிகளையும். நானே போக்கிரிதான். கவிதை எழுதறேனே.

மின்சாரம் போன இன்னொரு ராத்திரி. துருவப் பிரதேசக் குளிர் காலத்தில் சூரியன் முகத்தைக் காட்டாத இருட்டில், இரவில் மூழ்கித் துயிலும் ஒரு நாளிலிருந்து அடுத்த நாளும் இரவாகவே விடிவது போல், கவிதை ராத்திரி கதை ராத்திரியில் தொடர்கிறது. ராத்திரிகள் பூடகமானவை. தர்க்கத்துக்கு உட்படாதவை. அவற்றின் மர்மப் புன்னகை என்னைக் காதலிக்கச் சொல்கிறது. காமம் செப்பச் சொல்கிறது. நிற்பதைவிடப் படுப்பது சுகம். படுப்பதோடு சுகிப்பது இன்னும் சுகம். சுகம் போகம் மட்டும் இல்லை. தூங்காமல் தூங்கி வாழாமல் வாழ்வதும் கதையாக நிஜத்தைக் காண்பதும், நிஜத்தில் புனைவை தரிசிப்பதும்கூட. என் முதல் கதையும் சுருட்டு வாடை அடிக்கும் ராத்திரியில்தான் பிறந்தது.

நடுராத்திரி தாண்டிய நேரம். வாசல் கதவைத் திறக்காமலேயே அழிக் கம்பிகளைப் பிடித்தபடி வானத்தைப் பார்க்கிறேன். வாசல் கம்பிகள் மிக மிகப் பாதுகாப்பானவை. பகலில் அவை கவனத்தில் படுவதே இல்லை. ராத்திரியில் அவை என் முன்னால் அணிவகுத்து நின்று மெய்க்காப்பாளர்களின் படைவரிசை போல் ஏதோ இனம் புரியாத அபாயத்தில் இருந்து என்னைக் காத்து ரட்சிக்கின்றன. ராத்திரி, அபாயங்களின் நேரம். இருட்டும் மௌனமும் அவற்றைப் பெரியதாக்கிக் காட்டுகின்றன. இருட்டு கருப்புத் திரவமாக கண்ணுக்கெட்டிய தூரம் வரை வழிந்து பரவி இதோ என்னையும் விழுங்க வந்து கொண்டிருக்கிறது. வானத்திலும் அது படர்ந்து நட்சத்திரங்களைத் தார் பூசி மறைத்து விட்டது. சந்திரன் விடுமுறை எடுத்துக்கொண்ட இரவு அது.

இரவு ஓய்வெடுக்கச் சொல்லி ஆசை காட்டுவது. அயர்ந்து உறங்கச் சொல்வது. உறக்கத்தில் உயிரைப் பறிப்பது. திரும்பக் கொடுத்து எழுப்பி வசவு உதிர்ப்பது.

மேற்குப் பக்கம் இருந்து இருட்டுக்கும் ராத்திரிக்கும் சவால் வந்தது. அது மெல்ல ஊர்ந்தது. ஆனால் முன்னேறிக்கொண்டிருந்தது. கால்கள். ஆம், கருத்த ஒரு ஜோடி கால்கள். உயரமானவை. மனிதக் கால்களா? சூட்சும சொரூபமா?

பேய்களும் பிரேத ரூபங்களும் ராத்திரியின் அழகான கற்பனை.

அந்த ஒப்பனை இரவுக்கு இன்னும் அழகூட்டுகிறது. திரும்பத் திரும்ப இரவின் மடியில் முகம் புதைத்து, வாடையை நாசி விடைக்க, வெப்ப மூச்சு விட்டபடி உணர வைக்கிறது. பிறப்பின் வாடை. கவிச்சி வாடை. குருதி வாடை. இரவுக்கு இதுகளும் உண்டு.

நகர்ந்து வரும் வெளிச்சத்துக்குக் கட்டியம் கூறி மெதுவாக ஒலிக்கும் சத்தத்தைக் கவனிக்கிறேன். இரவு ஓசைகளை வெறுப்பது. குரல்கள் தாழ்த்தி ஒலிக்க ஒலிக்க இரவின் மௌனமான பேச்சு இந்த உலகமே முடியப் போகிறது என்றாலும் கவலை இல்லை என்ற தொனியோடு சூழ்கிறது. மெல்லப் பேசுங்கள். உதடு பிரியவே வேண்டாம். இரண்டு ஜோடி உதடுகள் என்றால் இரவுக்குக் கொண்டாட்டம்தான்.

தண்ணீர் தவிக்கிறது. உதடுகளை நாவால் ஈரப்படுத்திக் கொள்கிறேன். ராத்திரி, கானல்நீர் நிறைத்த ஒரு மாயக் குடுவையில் பொங்கிப் பிரவகிக்கும் வண்ணமயமான களியாட்டங்களுக்கு நடுவில் என்னை நிறுத்துகிறது. எனக்கு வேண்டாம். அவை இப்போது களைப்படையச் செய்கின்றன. முன்னே நகரும் வெளிச்சத்துக்கு விடை கண்டுவிட்டு திரும்பத் தூங்க வேண்டியதுதான். மின்சாரம் வராவிட்டாலும் சரி. இருட்டாக இருக்கத்தானே இரவு? இதைச் சொல்ல ஜப்பான்கார குரசோவா எதற்கு? அப்பத்தாவைக் கேட்டால் சொல்லியிருப்பாளே.

வெளிச்சம், கால்களைத் தழுவி இறங்கிப் பாதத்தில் விழ, நான் வார்ச் செருப்புகளைப் பார்க்கிறேன். சந்தையில் கடை போட்டு இதைத் தைத்துத் தரும் தொழிலாளியை எனக்குத் தெரியும். செருப்புக் கடைகள் குறைவான காலம். இருந்தாலும் அவை இப்போது அடைத்து இருக்கும். கடைத்தெரு இயக்கம் நிற்க ராத்திரிதான் முழுக் காரணம். இயங்கியவை நிற்கவும் நிலைத்து நின்றவை இயங்கவும் இரவே மந்திரப் பிரம்பு ஒன்றை இருட்டில் சுழற்றுகிறது.

நடுராத்திரியில் சுருட்டுப் பிடித்தபடி, ஒரு கையில் லாந்தர் விளக்கோடு விச்ராந்தியாகத் தெருவில் நீள நடந்து போனவன் யார்? எதற்காக அப்படிப் போனான்? விளக்கை வைத்துவிட்டு அவன் சுருட்டை முழுக்க சுவாசம் இழுத்துப் பிடித்துவிட்டு அப்புறம் நடையைத் தொடர்ந்திருக்கலாம். ஆனால் ராத்திரியில்

பற்ற வைத்த சுருட்டுக்கள் அணைவதே இல்லை. மொட்டை மாடியில் அமாவாசை இருட்டில் தடதடவென்று ஓடுகிற முனி கூட அணையாத சுருட்டைப் பற்ற வைத்தபடிதான் ஓட்டத்தைத் தொடர்கிறது. மனிதனாக இருந்து ஒரு ராத்திரியில் மரித்த அல்லது கொல்லப்பட்டு தெய்வமாக்கி ஓடவைத்த கிராமத்து அப்பாவி மனிதன் அந்த ஆத்மா. இரவு சொன்ன ரகசியங்களில் இதுவும் ஒன்று.

மார்கழிக் காலையில் திருவெம்பாவை இசைத் தட்டு பின்னணியில் ஒலிக்க சுருட்டுக்காரன் என் தூக்கத்துக்குள் புகுந்து விடிகாலை எழுந்தபோது வெளியேறி இருந்தான். அப்படித்தான் நினைத்தேன். ஆனால் அதற்கு அப்புறம் பத்து வருடம் கழித்து மும்பையில் ஒரு கோடைக் காலப் பகலில் அவனைச் சந்திக்க வேண்டி வந்தது. மெரின் லைன்ஸ் பகுதியில் சந்தடி மிகுந்த அலுவலகங்களின் சந்தையொன்றில் பலமாடிக் கட்டட லிப்டில் என்னோடு அவனும் நுழைந்தான்.

ராத்திரி வந்து கவிந்தது போன்ற நினைப்பு. இடமும் காலமும் குழம்பிய இதமான நினைப்பு. பதினொண்ணாம் மாடியில் லிப்ட் நின்றபோது மனசே இல்லாமல் டையை சரி செய்தபடி வெளியே வந்தேன். உள்ளே அவனைக் காணோம். அன்று ராத்திரி எழுதிய 'தேர்' சிறுகதையில் அவன் நீள நடந்து போக சுருட்டு இன்னும் அணையவே இல்லை. ராத்திரிகள் முனிகளை ஓடச் செய்து மனிதர்களை நடக்க வைக்கின்றன. இந்த இயக்கம் தொடர்வது நியதி என்று செய்தி தந்தது இரவுதான்.

முதல் கதை பத்திரிகையில் வெளியானதையும் இரவுதான் எனக்குச் சொன்னது. இரவு நம்பிக்கை தரும். இனம் புரியாத சந்தோஷத்தை ஒலி, இருட்டு, வாடை, உடல் நெருக்கம் மூலமாக, அவை தரும் போதை படர்ந்த கற்பனை மூலமாக மனதில் மெய்ப்படுத்தும்.

ஸ்டாண்ட் போட்ட வண்டியில் சிகரெட் பிடித்தபடி உட்கார்ந்து தில்லி கரோல்பாகில் கதை வந்த பத்திரிகையை தெரு விளக்கு வெளிச்சத்தில் படித்தபோது என்னை உரசிக்கொண்டு, திண்ணென்ற மார்போடு கடந்து போன பஞ்சாபிப் பெண்ணின் சிவப்புச் சாயம் பூசிய உதடுகளை இன்னும் மானசீகமாக முத்தமிட்டுக் கொண்டிருக்கிறேன். இரவு அவளை இத்தனை

வருடம் கழித்தும் ரதியாகவே வைத்திருக்கிறது. அந்த உதட்டுச் சாயம் உலரவே இல்லை.

ராத்திரிகளில் நான் எப்போதும் பிறந்த மண்ணிலேயே இருக்கிறேன். எந்த இடத்தோடும் ஒட்ட முடியாமல் சுற்றிச் சுற்றி வருகிறவனை மானசீகமாகக் கட்டிப் போடும் வித்தை தெரிந்தது இருளும் ஒளியும் நிழலாட்டம் காட்டும் ராக்காலம்.

ராத்திரிதான் ரகு செத்துப் போனது. கோணல் கழுத்தம்மாவும், விமலியும் கதறி அழுத சத்தம் இரண்டு தெருமுனை தாண்டிக் கேட்டிருக்கும். வழக்கம்போல் பாங்க் சுந்தரராமன்தான் பிணம் தூக்க வந்தது. ஏதோ பாங்கில் வேலை பார்த்து, மோசடி கேசில் ஜெயிலுக்குப் போய்த் திரும்பி, பிழைப்புக்காகப் பிணம் தூக்குவது என்றாகிப்போனது சுந்தரராமனுக்கு. “சந்தானம் தாயாரை எரிச்சுட்டு வந்தா, நடுராத்திரியிலே வெட்டியான் வந்து வீட்டுக் கதவைத் தட்டற சத்தம். பாதியிலே அணைஞ்சு போச்சு. இன்னும் கொஞ்சம் விறகு வேணுமாம். ராத்திரியிலே விறகுக்கடை நாயக்கரை எழுப்பி...” சுந்தரராமன் எங்கள் வீட்டுத் திண்ணைப் பக்கம் புகையிலை போட்டபடி சக பிணம் தூக்கிகளிடம் சொல்லி உரக்கச் சிரித்தது அந்த ராத்திரியில் கலவரமாக மனதில் பதிந்து விட்டது.

இது நடந்து நாற்பது வருடத்துக்குப் பிறகு கட்டுரையாகி ‘நெம்பர் 40, ரெட்டைத் தெரு’ புதினத்தில் இடம் பெற்றது. புத்தகத்தில் சில அத்தியாயங்களைக் குறும்படமாக்கலாம் என்று பேச ஆரம்பித்தபோது இரவு அச்சம் சொல்லும் இந்தப் பகுதிதான் உடனடியாக எனக்கு நினைவு வந்தது. இயக்குனர் மங்கலகரமாகப் பொங்கலைத் திரையேற்றுவோம் என்று சொல்ல, கையில் கரும்போடு நானும் திரைப் பிரவேசம் செய்தேன். வசனங்களை நடு ராத்திரிக்கு ஒலிப்பதிவு செய்தபோது பிணந்தூக்கி சுந்தரராமனை பக்கத்தில் உட்காரவைத்தது அந்த இரவுதான் என்று அடித்துச் சொல்லுவேன். ரிக்கார்டிங் தியேட்டரின் ஏ.சி.குளிரையும் மீறி அவர் கம்புக் கூட்டில் இருந்து அடித்த வியர்வை வாடைகூட சாவு வாடையின் இன்னொரு ஆவர்த்தனம்தான். ராத்திரிக்கும் அது அடுத்த ஒரு வியாக்கியானம். ராத்திரிகள் பிணம் எரிக்க வேண்டி உருவாக்கப்பட்டவை.

நினைவைப் பகல் ஆக்கிரமித்துக்கொள்வது சுபாவம். ஆனால்

ராத்திரியோடு ஒரு கள்ளக் காதல். மனம் திரும்பத் திரும்ப அங்கேதான் விழுகிறது. காமத்தின் எல்லாத் தளங்களிலும் இரவு ஆட்சி செய்வது நாவலிலும் என்னை மீறிய வேகத்தோடு வெக்கையைத் தணிக்கும் ராக்காலக் காற்றாக வீசிப் போகிறது.

நடுராத்திரிக்கு ஒரு காற்று புறப்பட்டது. ஆழப் பாய்ச்சி இருந்த கப்பலின் நங்கூரத்தைக் கெல்லி அது சளைக்காமல் அலைக்கழித்துப் பார்த்தது. நீலக் கருப்பில் கடல் அலைகள் வேறு உக்கிரமான காற்றுக்கு ஒத்தாசை செய்தபடி இருந்தன. எனக்கென்ன போச்சு என்று பவுர்ணமிக்குப் பக்கத்து மூளி நிலா சிரித்தபோது கப்பலின் மேல்தட்டில் நக்னமாக நடந்துகொண்டிருந்த சங்கரன் எனக்கும் தான் என்ன போச்சு என்றான்.

அவனுக்கு நேரம் மட்டுப்படவில்லை. பட்டு என்ன ஆகப் போகிறது? சமுத்திரம் போடும் இரைச்சலுக்கு மேலே தலைக்குள்ளே தேவதை, பிசாசு, பூதம், யட்சி, பசுமாடு, நாகநாதப் புள் என்று எல்லாம் கலந்து ஏதோ சத்தம். போதாக்குறைக்கு பிச்சை ராவுத்தன், சுந்தர கனபாடிகள், பகவதிக்குட்டியின் தமையன் கிட்டாவய்யன், காரியஸ்தன் தாணுப்பிள்ளை, தெலுங்கு பிராமணன் என்று புருஷர்கள் வேறே அவன் இடுப்புக்குக் கீழே கையைக் காட்டிக் காட்டி ஆவேசமாகக் கத்துகிறார்கள்.

உடுப்பை விழுத்துப் போட்டுட்டு அலையாதேடா அரசூர்ச் சங்கரா.

சங்கரனுக்கு உடுத்துக்கொள்ள ஆசைதான். இன்னொரு தடவை படுத்துக்கொள்ளவும் கூடத்தான். சீமைச் சாராயத்தை எவளோ தன் வாயில் அதக்கிக் கொப்பளித்து அவன் வாயைத் திறந்து தாம்பூல எச்சலாகத் துப்பி லகரி ஏற்றுவாள். போதும்டீ விடு என்று அவன் மன்றாடுவான். சாமிநாதன் போதாதுடா கபோதி, ஊஞ்சல் இருக்கான்னு பாரு. அதுலே கிடந்தாலும் கிடத்தினாலும் அம்சமாத்தான் இருக்கும் என்று அத்தியாயனம் பண்ணுகிறதுபோல் கணீரென்று சொல்வான். கப்பலுக்குக் கீழே சமுத்திர உப்புத் தண்ணீரில் குளித்தபடி மார்க்குவட்டில் தேமலோடு அந்த ராணிப் பெண்பிள்ளை அசூசையோடு பார்ப்பாள். அண்ணாசாமி ஐயங்காரின் யந்திரம் பழுக்காத்தட்டு போல் சுழன்று வைத்தி சார் குரலில் போகம் போகம் என்று உருவேற்றும். அதைக் காதில் வாங்கிக்கொண்டு கிடக்க வேணும் இன்னும் கொஞ்ச நேரம்.

எங்கே அப்படிக் கிடந்தது? கொஞ்ச தூரம் நடந்து இடது பக்கமோ வலது பக்கமோ இறங்கி அப்புறம் நீண்ட ஒழுங்கையில் ஈரவாடையை முகர்ந்தபடி கடந்தது எப்போது? மெழுகுதிரிகள் எரிகிற, அணைந்து புகைகிற வாடையும், சாராய வாடையும், மாமிச வாடையும் வெள்ளைத் தோல் வாடையுமாக அந்தக் குட்டிகளோடு சல்லாபித்தபடி கிடந்ததெல்லாம் சொப்பனமா என்ன?

கனவு என்றால் இடுப்பு வேட்டி எங்கே போனது? சுவாசத்தில் ஏறி அடித்துக் குடலைப் பிரட்டிக் கொண்டு மேலெழும்பி வருகிற நெடியெல்லாம் அவன் வயிற்றில் ஒரு சேரக் கனம் கொண்டு இறங்கினது எப்போது? தேகம் ஒரு நிமிடம் சோர்ந்தும் அடுத்த நிமிடம் பௌருஷத்தோடு விதிர்த்தும் மனதை, புத்தியைச் செலுத்திப் போவது எப்போதிலிருந்து?

அரசூர் வம்சம் நாவல் முழுக்கவே ராத்திரியில் இயங்கி இருக்கலாம் என்று இரவு என் காதோடு சொல்கிறது. காமம் மிக்கூற அதற்கு ஒரு முத்தம் தருகிறேன்.

இது இரவு இல்லைதான். மழை மேகம் கவிந்து வந்து பொழியக் காத்திருக்கும் முற்பகல். மழையோடு இரவும் ஊர்ந்து வரும்.

மழை ராத்திரிகளின் நிறம் நீலம். அப்புறம் நீலம். அதற்கப்புறம் நீலம். கனவுக்கும் நினைவுக்கும் நடு மத்தியில் கிடந்தபடி, காதில் மழைச் சத்தம் அடர்ந்து ஒலிக்க, அந்த நீலத்தில் நான் கரைந்து போய்க்கொண்டே இருக்கிறேன்.

நிசப்தம் நீலமாக;
அப்புறம்
ஒழுங்கு சிதைந்த சச்சதுரமாக.
மேலே அழுத்தும் ரப்பர்ப் பொதியாக.
நிறம் அதுவேயாக.
மசங்கலாகப் பழுப்புப் படகொன்று.
நிறம் மரித்த வெளி நோக்கிச்
செலுத்தப் பட்டேன்.
நீரின் துளியொன்று உதிர,
நீலம் இழைதொய்ந்து குழிய,
மேலும் துளிகள்; நின்று போனது.

ஏதோ ஒரு பக்கம்

புரண்டு படுத்த புலனும் மெல்லத்
துளிகள் விழுவதைப் புனைய முயல,
வேகங் கொண்ட படகின் உள்ளே
கருவாகக் கால்மடித்து, தலைகவிழ்த்து.
நிறங்கள் பற்றிக் கவலையில்லை –
இப்போதைக்கு.

எதைப் பற்றியும் கவலை இல்லை என்ற பாதுகாப்பை ராத்திரி தருகிறது. நான் இருக்கும் வரை அது இருக்கும். நான் போனாலும் என் இரவுகள் இங்கே தொடர்ந்து கொண்டிருக்கட்டும்.

முன்னுரைகளின் முகவுரை

எஸ்.பொ அளவுக்கு விமர்சனத்தை எதிர்கொள்ள வேண்டிய நிலைமை ஒரு படைப்பாளிக்கு வந்தால் கூறாமல் எழுத்து சந்நியாசம் போயிருப்பான். போயிருப்பாள். தமிழ் என்றில்லை, எந்த மொழி என்றாலும் இதே படிக்குத்தான். இவ்வளவு நீண்ட காலம், அதாவது கிட்டத்தட்ட அரை நூற்றாண்டு இப்படி யாரையும் துரத்தித் துரத்தி அடிக்க விமர்சகர்களும் சக எழுத்தாளர்களும் எங்கேயும் முனைந்ததாகத் தெரியவில்லை. சளைக்காமல், புறமுதுகு காட்டாமல் இந்த மாட்டடி, காட்டடியை எல்லாம் சமாளித்து நிற்கவே ஏகப்பட்ட பிரயத்தனம் தேவை. இதோடு கூடவே புதிதாகப் படைக்கும் பணியையும் செவ்வனே செய்ய வேண்டும். சொந்த வாழ்வின் சோகங்கள், பிறந்த மண்ணைப் பிரிய நேர்ந்த அவலம், இடைவிடாத போர், இழப்புகள் என்று இந்தச் சுமையை இன்னும் நெஞ்சில் அழுத்திவைக்க மற்ற காரண காரியங்களும் 'முஸ்பாத்தியாக' செயல்படும். சொன்னேனே, இத்தனையும் சுற்றிச் சூழ்ந்து வாதனை செய்தால் எழுத்தும் வேணாம், முடியும் வேணாம் என்று லேப் டாப் கம்ப்யூட்டரை ஷட் டௌன் செய்துவிட்டு வேட்டியை மடக்கிக் கட்டிக்கொண்டு நான் நடேசன் பூங்காவில் நடக்கப் போயிருப்பேன். எஸ்.பொ எழுதிக் கொண்டிருக்கிறார்.

அவருடைய அபிப்பிராயங்கள், அவருடைய விமர்சகர்கள் அவர் பற்றித் தெரிவித்ததை விடக் கூர்மையானவை. அந்த விமர்சனங்கள் இல்லாவிட்டால் எஸ்.பொவுக்கு அவருடைய படைப்பு இலக்கியம் தவிர மற்ற முகம் இல்லாமல் போயிருக்கலாம். அவர் படைப்புகளே போதும்தான் அவருடைய கலகத் தன்மையை, குழு மனப்பான்மையை வெறுத்து சுதந்திரனாக நடைபோடும் தலை நிமிர்வை எடுத்துக் காட்ட. ஆனாலும் விமர்சகரை விமர்சிக்கும் எஸ்.பொவின் எழுத்து தரும் பரிமாணம் அலாதியானது.'வடிவான நளினப் பகிடிகளும்' கூட இவை. சுதியாத்தான் இருக்கு.

காளமேகப் புலவரிடம் 'பாடல் பெற்ற' இரண்டு தலைமுறை முந்திய கவிராயர்களின் இலக்கிய வாரிசுகள் எஸ்.பொவிடம் வாங்கிக் கட்டிக்கொள்ளவென்றே 'இந்திரிய எழுத்தாளர்', 'விளங்குதில்லை எழுத்தாளர்' ரக விமர்சனக் காகித அம்புகளை எறிந்துவிட்டு முறை வைத்துக்கொண்டு காத்திருப்பார்கள் போல. அவரும் வஞ்சனை இல்லாமல் ஸ்பின் போட்டுத் தாக்குகிறார். தருமு சிவராமு க்ளீன் போல்ட் ஆக இதோ ஒரு கூக்ளி - 'சுய குள்ளச் சந்தோஷத்துக்காக (தீ நாவலை) எதிர்த்துச் சந்நதமாடி .... ஓவியம் கதை கவிதை நாடகம் விமர்சனம் என்ற இவற்றுள் எது தனக்கு வசப்படும் ஊடகம் என்பதையறியாது பிறர் தயாளங்களிலே குருவிச்சையாக வாழும் இவருக்கு, இன்றளவும் ஒரு புனைபெயரை நிரந்தரமாக்க முடியவில்லை'.

எதிர்ப்பு, 'திருக்குடந்தை நாயே, கோட்டானே, உனையொருத்தி போட்டாளே வேலையற்றுப் போய்' என்று திரும்பத் திரும்ப நாலு வரி வெண்பாவில் திட்ட வைத்துக் காளமேகத்தை *spent force* ஆக்கியது. அதுவே 'சுள்ளி உடம்பு' எஸ்.பொ எழுத்தை பாசிட்டிவ் ஆகப் பாதித்துத் 'துணிச்சலும், ஓர்மமுமாக' உயிரூட்டிக் கொண்டிருக்கிறதோ என்னவோ தெரியலை. திட்டத் திட்டத் திண்டுக்கல். வைய்ய வைய்ய வைரக்கல். *A rolling stone which gathers momentum and no moss.*

அரு.ராமநாதனின் 'காதல்' பத்திரிகையில் 1949-ல் சிறுகதை எழுதி இலக்கியப் படைப்புக்கு வந்த எஸ்.பொ ஐம்பது வருட காலமாக முடங்காமல், எந்த *writer's mental block*-லும் சிக்காது எழுதிக் கொண்டேதான் போகிறார். கவிதை எனக்கு கொஞ்சம் வீக் என்கிற எஸ்.பொ அதையும் விட்டுவைக்கவில்லை. சிறுகதை,

நாவல், கட்டுரைத் தொகுப்பு என்று அவருடைய படைப்புகள் முதலாவதாக ஈழத்திலும் தொடர்ந்து தமிழகத்திலும் நூல் வடிவம் பெற்ற, பெறும் போதெல்லாம அவர் அதற்கு காத்திரமான ஒரு முன்னுரை சேர்க்கத் தவறவில்லை. இது தவிர ஏனைய படைப்பாளிகளின் பல தொகுப்புகளை வெளியிடும்போதும் அவருடைய முன்னுரைதான் கட்டியம் கூறி முன்னால் வந்து படிக்கச் சொல்கிறது. அப்புறம், அவரிடம் முன்னுரை கேட்டு வந்த யாரையும் அவர் நிராசையோடு திரும்ப வைத்ததாகத் தலவரலாறு இல்லை. ஆக, இந்த அரை நூற்றாண்டில் எஸ்.பொ எழுதிய முன்னுரைகளைத் தொகுத்தபோது நானூறு பக்கத்தைக் கடந்து முன்னேறிப் போய்க் கொண்டிருக்கிறது அந்தத் தொகுப்பு.

தொகுதியை ஒட்டுமொத்தமாகப் படிக்கும்போது பலரையும் அறிமுகம் செய்துகொள்கிறோம். அவர்கள் எழுதியதைப் படிக்காமல் எஸ்.பொ மூலமாகப் பெறும் அறிமுகம் மட்டும் போதுமா என்ற குற்ற போதத்தில் அவர்களோடு யந்திர கதியில் கை குலுக்கிவிட்டு எஸ்.பொவோடு இவரையும் கடந்து நடக்கிறோம். அப்போது, எஸ்.பொ பரிந்துரைக்கும் இந்தப் புத்தகத்தை என்றைக்காவது படிக்கவேண்டும் என்று மனதில் குறித்துக்கொள்ளக்கூட நேரம் இல்லாமல் அடுத்த முன்னுரை, அடுத்த அறிமுகம். சட்டென்று குற்ற உணர்வு எல்லாம் தீயினில் தூசாக நீங்க, முன்னுரை படித்தபடி எஸ்.பொ கூட முன்னே நடப்பதே செய்யத் தகுந்த செயல் என்று படுகிறது. முன்னுரைகளின் உலகத்தில் எதற்குக் குற்ற போதம்? அறிமுகப் படுத்திக்கொள்ளத்தான் இங்கே வந்திருக்கிறோம். கிரணத்தைப் பற்றிப் பிடித்து சூரியனை அடைவது அவரவர் முயற்சியைப் பொறுத்தது.

எஸ்.பொவின் *one-up-manship* இன்னொரு சுவாரசியம். தீ நாவல் (குறுநாவல்?) 1961-ல் வந்த கதை என்பதை நம்ப முடியவில்லை. இன்றைக்கும் அதை எழுத அசாத்திய துணிச்சல் தேவை. அதற்காகவே அவருக்குக் கோடம்பாக்கம் மேம்பாலத்துக்குக் கீழே ஒரு சிலை வைக்கலாம். ஆனாலும் பிரமீள் மட்டுமில்லை, 'முற்போக்கு இலக்கியத்துக்கு முண்டு கொடுத்துக் கொண்டிருந்த ஜாம்பவான்களும்' தீ பற்றி நொட்டைச் சொல் சொன்னார்கள். அவர்களுக்குப் பதிலடி கொடுத்து விட்டு நாவல் வடிவத்தில் ஒரு *மாற்று குறைத்துத் தோன்ற வைக்கும் என்று அவருக்கே பட்ட*

சில அம்சங்களைக் குறித்து எஸ்.பொ கதைக்கிறது இந்தப்படிக்கு – 'இந்த நவீனம் சிறியது. ஆனால் பாத்திரங்களோ அதிகம். (அவற்றை) முழுவடிவில் வடித்தெடுக்க முடியவில்லை. ஆதார செய்திகள் மட்டும் எலும்புக் கூட்டு உருவத்தில் தரப்படுகின்றன. பாத்திரங்களின் இயல்பான பேச்சு மொழியைப் பல வசதிகள் கருதிச் சில இடங்களில் தவிர்த்துள்ளேன். வேறு சில இடங்களில் உபயோகித்துமிருக்கிறேன். இது *consistency*-க்கு மாறுபடினும் இந்த உத்தி கதைக்கு வலுக் கூட்டுகிறது என்பது என் துணிபு'. இதுக்கு மேலேயும் புதிதாகக் கண்டுபிடித்து யாழ்ப்பாணத்து டபிள் டாக்டரேட் உயர்சாதிக் கலாநிதிகள் தாக்க வந்தால் எஸ்.பொ திறீறோஸ் சிகரெட்டை வலித்தபடி வரவேற்கக் காத்திருக்கிறார். நட்பாகத்தான்.

யாழ்ப்பாணத்தோடு எஸ்.பொவுக்கு இருக்கும் *love - hate* ரிலேஷன் பற்றி ஒரு புத்தகமே எழுதலாம். யாழ்ப்பாண வீட்டு கிடுகு வேலிகள் அவருக்கு வலிமையான மெடஃபர். உணர்ச்சிகளின் சொரூபங்களையும், எண்ணங்களின் முகங்களையும் வெளிக்காட்டாது திரையிடும் மனோபாவமும் செயலும் கலந்து பிடிக்கிற உருவகம் இந்தத் தென்னோலை வேலி *(cadjan curtain)*. 'ஆமைக்கு ஓடு எப்படியோ அப்படித்தான் யாழ்ப்பாணத்துக்குத் தென்னோலை வேலி' என்பார் எஸ்.பொ. இலங்கைத் தமிழ் இலக்கியங்களின் தலைமைப் பீடம் சாதி மேன்மை காரணமாக யாழ்ப்பாணமாகி 'யாழ்ப்பாணத்து வெளிவேட கலாசாரத்தைப் பேண விழைந்தபோது மற்றவர்கள் அப்போக்கிற்கு இசைவாக எழுதினார்கள்'. பண்பாடு, சமூக அமைப்பு போன்றவற்றின் தாக்கத்திலிருந்து விடுபட முடியாமல் அரசு உத்தியோகம் ஏற்படுத்திக் கொடுத்த பொய்யான உயர்ச்சி என்ற தளத்தில் பட்ட 'யாழ்ப்பாண நடுத்தர வகுப்பு ஒரு வௌவால் இனம்'. 'எதையும் ரூபா சதங்களிலே மதிப்பிடுவது யாழ்ப்பாணத் தமிழரின் மகத்தான பண்பு என்ற உண்மையை ஒப்புக் கொள்வதற்கு நாம் கூச்சப்படலாகாது'. இதெல்லாம் யாழ்ப்பாணத் தமிழ்க் கலாசாரம் குறித்து எஸ்.பொ வைக்கும் விமர்சனம்.

அதே நேரத்தில் அவர் யாழ்ப்பாணத் தமிழ்க் கலாசாரத்தின் சிறப்பான அம்சங்களில் முழுக்கத் தோய்ந்து துய்த்த அச்சு அசல் தமிழனும்கூட. 'மார்கழி திருவெம்பாவைக் காலத்தில், குளிரும் வைகறை இருளில், யாழ்ப்பாணத்துக் கிராமங்களில் கோழி சிலம்பச்

சிலம்பும் குருகெங்கும் ஏழில் இயம்ப இயம்பும் வெண்சங்கும் ஊதப்படும் ஓசை செவிகளில் விழுந்ததும்' சிலிர்க்கும் மெய் அவருடையது.

இன்னார் எழுதும் தொடர்கதை படித்ததும் கண்கள் குளமாயின என்று தமிழ்ப் பத்திரிகைகளுக்கு வரும், வந்ததாகப் பிரசுரமாகும் கடிதங்களின் தொனி போலியாக இருக்கலாம். எஸ்.பொ அவரைப் பாதித்த யாழ்ப்பாணத்தைச் சித்திரிப்பதைப் படித்துக் குளமாகாத கண் இருந்து என்ன பிரயோஜனம்? அவர் மகன் மரித்த துயரத்தைச் சொல்கிறார் - எஸ்.பொ மீசையையும் இழந்து, நான்கு முழக் காரிக்கன் மட்டுமே சங்கையை மறைக்க நான் நடுத்தெருவில் ஊருகின்றேன். தோளிலே கொள்ளிக் குடம். யாழ்ப்பாணக் கலாசாரத்தினை விமர்சனம் செய்தல் கலையே. அந்தக் கலை வித்தாரத்திலும் என் எழுத்து வித்துவம் ஈடுபட்டிருக்கிறது. நான் நிராகரித்த சடங்குகளுக்கு நானே மண்டியிடும் நிலையோ. தோல்வி வித்தும் சோகம் கும்மிருட்டிலே என்னைப் பிசைந்தெடுக்கிறது. குஞ்சுக் குழந்தையாக, பச்சை மண்ணாக நான் தேம்பித் தேம்பி அழுகிறேன். பரந்த உலகத்திலே யாருக்குமே நாதி இல்லாத அனாதையாக்கப்பட்டேனோ?'

யாழ்ப்பாணம் குறித்து தன் மூளை நியூரான்களில் அழிக்க முடியாதபடி செதுக்கிய பழைய நினைவுகளூடே பயணம் போய், நிகரற்ற 'நனவிடை தோய்தல்' படைப்பைத் தமிழுக்குக் கொடையாக்கியதும் அதே எஸ்.பொதான். அந்த அற்புதமான நூலுக்கு அவர் எழுதியது ரெண்டே ரெண்டு பக்க முன்னுரை கிடுகுவேலி இல்லைதான்.

எஸ்.பொவின் முன்னுரைகளில் 'டாப் டென்' கவுன்ட் டவுன் பட்டியல் தயாரிக்கிற அபத்தக் காரியம் எதையும் இங்கே செய்ய உத்தேசம் எனக்கில்லை. ஆனாலும் மனதைக் கவர்ந்த சில முன்னுரைகளை, எந்த வித தர்க்கத்துக்கும் உட்படாத வரிசையில் சிலாகிக்கப் போகிறேன். ஆம், சிலாகிக்கத்தான். எஸ்.பொவை விமர்சிக்க இந்தப் 'பெடியன்' யார்? எதற்கு விமர்சிக்க வேணும்?

ஈழத்து மஹாகவியின் குறும்பா புத்தகம் மூலம் எனக்கு அறிமுகமானவர் எஸ்.பொ. என் ஆசான்களில் முக்கியமானவர்களான கவிஞர் மீராவோ வைணவ ஆய்வறிஞர் டாக்டர் ம.பெ.சீனிவாசனோ கொடுத்த சிரித்திரன் தொகுப்பு

நூல் அது. அந்தப் புத்தகத்துக்கான எஸ்.பொவின் முன்னுரையை திரும்பத் திரும்பப் படித்தபோது நான் கல்லூரியில் நுழைந்திருந்தேன். இந்தப் புத்தகத்தைப் படிக்கும்போதும் திரும்ப அந்த வயதுக்குச் சுகமாகப் போய் நிற்கிற பிரமை.

கவிதை வீக் என்று சுய விமர்சனம் செய்து கொண்டாலும் பா, குறும்பா பற்றிய எஸ்.பொவின் கருத்துகள் கூர்மையானவை. முதலில் மொழிபெயர்ப்புக் கவிதை பற்றி. ' கவிதையின் உயிர் மொழிபெயர்ப்பின் போது வடிசீலையிலேயே தங்கி விடுதல் சாத்தியம்'. ஆங்கில லிமரிக்கின் மொழிபெயர்ப்பு குறும்பா இல்லை என்று நிறுவ முயலும் எஸ்.பொ லிமரிக்கின் அருட்டுணர்வை *(inspiration)* மறுக்காதவர். ரத்தினச் சுருக்கமாக குறும்பாவுக்கு அவர் சொல்லும் விளக்கம் 'ஈரடியில் நிறைவுறுவது குறள். குறுமை சான்ற மூன்று அடிகளில் முடிவடையும் புதிய தனிப்பாடல் அமைப்பு குறும்பா'. காய்-காய்-தேமா, காய்-காய்-தேமா, காய்-காய்-தேமா-காய்-காய்-காய்-காய்-காய், காய்-காய்-தேமா என்று அதன் யாப்பைத் தன் முன்னுரையில் அடுத்து நிறுவி மஹாகவி குறும்பாக்களுக்கு இலக்கணம் சொல்லி, 'முதலாம் அடி அடிகோலுவதாகவும், மூன்று மடிப்பான இரண்டாம் அடி கட்டி எழுப்புவதாகவும், இறுதி அடி முத்தாய்ப்பிடுவதாகவும் குறும்பா அமைவதே சிறப்புடைத்து' என்று விளக்கி விட்டுத்தான் குறும்பாவின் இலக்கியச் சுவைக்குக் கடக்கிறார் எஸ்.பொ.

பெஞ்சனிலே வந்தழகக் கோனார்
பெருங்கதிரை மீதமர லானார்.
அஞ்சாறு நாள் இருந்தார்
அடுத்த திங்கள் பின்னேரம்
பஞ்சியினாலே இறந்து போனார்.

மஹாகவியோடு, எஸ்.பொவோடு நாமும் பென்ஷன் வாங்கிச் சாய்வு நாற்காலியில் சாய்ந்து வேலை இல்லாத வெறுமையில் கரைந்து போன கோனாரை ஒரு குறும்பா மின்னலில் மனதில் உறைய வைக்கிறோம். பஞ்சி தான் '*ennui*'யா என்று எஸ்.பொவைக் கேட்க வேணும். குறும்பா நூலையும் மறுபடி தேடிப் படிக்க வேண்டும்.

ஆனாலும் மஹாகவியின் இசைப்பாடல்களைப் பற்றிச் சொல்லும்போது, அவற்றை வாசித்து மகிழ விழையும்

சுவைஞர்களுக்கு எச்சரிக்கை விடுக்கிறார். 'கவிதை என்ற கலைப்பீடத்தில் நின்று இசைப் பாடல்களை நோக்குதல் ஆகாது. இசைக்காகப் பாடல்கள் எழுதப்படும்போது அவற்றில் கவிதைக்குரிய நிறைவுகள் பல கைவிடப்பட்டு, அவற்றிற்கு ஈடாக இசைக்குரிய நிறைவுகள் இடம் பெறலாம். எனவே இவற்றை மஹாகவியின் பிற கவிதைகளோடு வைத்துக் கவிதையாகக் கொண்டு தரம் நிர்ணயிக்க முயலுதல் பழுது'. இழுக்குடைய பாட்டுக்கு இசை நன்று என்று எஸ்.பொ இன்னும் நினைக்கிறாரா தெரியவில்லை. குற்றாலக் குறவஞ்சியும், நந்தன் சரித்திரக் கீர்த்தனையும் பாட்டு மட்டும்தானா? கவிதையில்லையா?

ஏ.ஜெ.கனகரத்தினாவின் 'மத்து' நூலை வெளியிட்டது மட்டுமின்றி அதற்கான ஒரு அறிவுசார் முன்னுரையும் அளித்திருக்கிறார் எஸ்.பொ. லண்டன் பத்மநாப ஐயர் மூலம் நான் பரிச்சயம் செய்துகொண்ட இரண்டு மகா மேதைகள் ஏ.ஜெயும், ரெஜி ஸ்றீவர்த்தனேயும். ஏ.ஜெயின் குரு ஸ்றீவர்த்த்னே. ஏ.ஜெயிடம் இலக்கிய ஞான தீட்சை வாங்கிய ஈழ எழுத்தாளர்கள், விமர்சகர்கள் அநேகம். தமிழகத்தில் பார்க்கக் கிடைக்காத குரு சிஷ்ய பரம்பரை இது. இந்த ஒரு விடயத்திலாவது ஈழத்தவர்கள் கொடுத்து வைத்தவர்கள் என்றே தோன்றுகிறது.

ஏ.ஜெயின் நல்ல நண்பரான எஸ்.பொ, அவருடைய பலதுறை சார்ந்த அறிவின், அதன் தெள்ளிய வெளிப்பாட்டின் சிறப்பை ஏ.ஜெயைத் தெரியாதவர்களுக்குச் செய்து வைக்கும் அறிமுகம் முக்கியமானது. 'மத்து'வில் ஏ.ஜெ எழுதிய பதினோரு கட்டுரைகளில் இலக்கியத்தை அறிமுகம் செய்கிறது ஒன்றே ஒன்றுதான். மற்ற பத்தும், பொருளியல், சூழலியல், உளவியல், மொழி வரலாற்றியல், ஆட்சியியல், அரசியலைப்பு ஆராய்ச்சி, மருத்துவம், திரைப்படக் கலை, தொன்மவியல், மானிடவியல் ஆகியவை பற்றிய நூல்களை அறிமுகம் செய்து வைப்பவை. ஆந்திராவின் தடா பகுதி எல்லை கடந்து வடவேங்கடம், தென்குமரி ஆயிடைத் தமிழ் கூறும் நல்லுலக டமில் எழுத்தாளர்களான நாம் இப்படி எத்தனை மத்துக்களை உருவாக்கியிருப்போம்? சுண்டு விரலைக் கூட மடக்க முடியாது.

எஸ்.பொவின் ஒரு புத்தகத் தலைப்பு '?' புத்தகத்தின் தலைப்பு மட்டுமில்லை, முன்னுரையிலும் அசாதாரணம் தெரிகிறது. எனக்குத் தெரிந்து *compression of time* பற்றிய 'டி ஒன் இஸ்

ஈக்வல் டூ டி ஸ்கொயர் ரூட் ஓஃப் ஒன் மைனஸ் வி டூ பை டி டூ' என்ற அறிவியல் சமன்பாடு வந்த ஒரே தமிழ்ப் புத்திலக்கிய நூல் முன்னுரை இதுதான்.

'சௌந்தர்ய உபாசகர் அல்லாத' ஹனீபாவின் 'மக்கத்து சால்வை' சிறுகதைத் தொகுதிக்கு எஸ்.பொ அளித்த முன்னுரையில் இருந்து பளிச்சென்று மனதில் புகுந்து கொள்ளும் வண்ணமயமான பகுதி இது - 'ஹனீபாவுக்கு மனித நேசிப்பின் இன்னொரு ஸ்திதிதான் இலக்கியம். மானுசீகத்தினை அழகு சிதையாமல், கலை பழுதுபடாமல், மப்பு வானில் கணநேரக் களிப்புக் கோலங்காட்டும் வானவில்லைப் போன்ற ஒரு கலாதி!'

எஸ்.பொவிடம் வியத்தலும் இலமே என்று விட்டேத்தியாக இருக்க முடியாத இன்னொரு அம்சம் அவருடைய அக்கறை. ஏ.ஜெயின் மத்துக்கு ஒதுக்கிய அதே அக்கறையை நாகூர் பாவாவின் குழந்தைக் கவிதைகளை சிலாகித்து அறிமுகப்படுத்துவதிலும் காட்டுகிறார் அவர். content agnostic வாசிப்பின் சாதக பாதகங்களுக்குள் எல்லாம் போகாமல் சிரத்தையை மட்டும் முன்னிலைப் படுத்துகிறேன். அவர் வயதில் எனக்கெல்லாம் பஞ்சை வந்துவிட வாய்ப்பு இருக்கிறது.

திரும்பத் திரும்ப இந்த முன்னுரைகளில் புலப்படுவது எஸ்.பொவின் வாசிப்பு அனுபவத்தின் பரப்பு. முத்துலிங்கத்தை ஒரு நல்ல சிறுகதையாசிரியராக, கட்டுரையாளராக, ஐக்கிய நாடுகள் சபையின் மூத்த அதிகாரியாக மட்டும் அறிந்த எனக்கு எஸ்.பொ முன்னுரையில் கிடைத்த தகவல், அவர் நல்ல கணிப்பொறியாளரும் கூட. விஷுவல் பேசிக் மேக்ரோ கோடிங் பற்றி முத்துலிங்கம் எழுதிய ஆங்கிலப் புத்தகத்தையும் தேடிப் படித்து அதில் வந்த இலக்கிய மேற்கோளை எடுத்துக்காட்டத் தவறவில்லை எஸ்.பொ. அந்த 'Getting to know Visual Basic Procedures - An Introduction to Macro Language' புத்தகம் எங்கே கிடைக்கும் என்று அவரைத்தான் விசாரிக்க வேண்டும்.

ஈழத் தமிழர்கள் படைப்பிலக்கியத்தில் சோதனை முயற்சிகளுக்குத் தயங்கியதே இல்லை என்பதை இந்தத் தொகுப்பில் சில முன்னுரைகள் சுட்டுகின்றன. நாலு பாத்திரங்கள். அவற்றை வைத்து நாலு எழுத்தாளர்கள் எழுதிய தொனி மாறுபாடு அமைந்த நாலு கதைகள். இப்படி ஒரு நூல். நவரசங்கள். அவை பற்றி மூன்று

எழுத்தாளர்கள் எழுதிய கதைகள். இது இன்னொரு தொகுப்பு. முன்னுரையோடு நிறுத்திக் கொண்ட நூல்கள். படைப்பில் பங்களிப்பும் செய்த புத்தகங்கள். பதிப்பித் நூல்கள். எஸ்.பொ எதையும் விட்டுவைக்கவில்லை. மலைக்க வைக்கிற இலக்கியத் தேடலுக்கும் ஈடுபாட்டுக்கும் இனி சுருக்கமாக எஸ்.பொவிஸம் என்று பெயரிட்டுவிடலாம்.

அவருடைய அசைக்க முடியாத இலக்கிய நம்பிக்கையும் சேர்ந்ததுதான் இது. ‘இருபத்தியோராம் நூற்றாண்டின் தமிழ்க் கதைகளின் களங்கள் பனை வளராப் பனி பெய்யும் நாடுகளிலும், *sub-sahara* நாடுகளிலும் விரிவுபடும். அக்கதைகளிலே மானிடத்திலே அசைக்க முடியாத நம்பிக்கையும் மனித நேயமும் ஒளிரும். மொழி - கலாசாரம் - பண்பாடு - மதம் - நிறம் ஆகிய அனைத்து வேறுபாடுகளும் இற்று, எல்லோரும் கேளிர் - *kin* - சுற்றத்தார் என முகிழ்ந்திடும் மானிடம்’.

சில முன்னுரைகளைப் படிக்கும்போது பழைய வரலாறு புரிபடுகிறது. ஏற்கெனவே விஷய ஞானம் உள்ளவர்களுக்கு நாஸ்டால்ஜியாகூட இது. உதாரணம் எழுபதுகளில் இலங்கையில் கொண்டு வந்த தமிழ்ப் பத்திரிகை இறக்குமதித் தடைவிதிப்பு. தற்போதைய அரசியல் சமன்பாடுகள் அல்லது சமன் இல்லாத சமர்கள் தொடங்குவதற்கு முந்திய மாந்திரீக யதார்த்த சூழல் அது. மாதம் மூன்று கோடி ரூபாய் இறக்குமதிச் செலவை இலங்கை செய்யவேண்டி வந்தது அப்போது. ஐம்பத்திரெண்டு தமிழ் வார, மாதப் பத்திரிகைகளைத் தமிழகத்திலிருந்து இறக்குமதி செய்த வகையில் கஜானாவைவிட்டுப் போன அந்நியச் செலாவணித் தொகை அது.

இது தொடர்பாக, இலங்கை கம்யூனிஸ்ட் கட்சி, ஈழத் தமிழரசுக் கட்சி மற்றும் தமிழர், சிங்கள அரசியல் பிரமுகர்கள் என்று பலரின் கருத்து நிலைபாட்டை அலசி எஸ்.பொ எழுதிய அறிக்கை இந்த முன்னுரைத் தொகுப்பின் முக்கிய ஆவணம். உலகத் தொழிலாளர்களே ஒன்று படுங்கள் என்னும் தோழர்கள் தமிழ்நாட்டுப் பத்திரிகைகளுக்குத் தடை விதிக்கப் போராடியதை *lapsed communist* ஆன எஸ்.பொ (மன்னிக்கணும் ஆசானே, வேறே வார்த்தை கிடைக்கவில்லை) ஒரு பிடி பிடித்து விட்டு, எந்த எந்தப் பத்திரிகையை இறக்குமதிக் கட்டுப்பாட்டுக்கு உட்படுத்தி

அனுமதிக்கலாம் என்று சிபாரிசு செய்த முஹிதீன் அறிக்கைக்கு வருகிறார்.

'ஆனந்தவிகடன், குமுதம், கலைமகள், மஞ்சரி, அம்புலிமாமா, கலைக்கதிர், தீபம், தாமரை, கல்கண்டு, அமுதசுரபி, வானொலி, திட்டம் ஆகிய பன்னிரண்டு பத்திரிகைகள் இறக்குமதியாவதை, பிரதிகளின் எண்ணிக்கையைக் குறைப்பதின் மூலம் ஒருவகைக் கட்டுப்பாட்டின் கீழ்க் கொண்டு வருதல் வேண்டும் என்பதுதான் முஹிதீன் சமர்ப்பித்துள்ள அறிக்கையின் சாரமாகும்'.

க.நா.சு பட்டியல், ஜெயமோகன் பட்டியல், எஸ். ராமகிருஷ்ணன் பட்டியல் மாதிரி சுவாரசியமான ஒன்று முஹிதீன் பட்டியல். லாஜிக் எல்லாம் தேடாமல் ரசிக்கலாம். தாமரை இறக்குமதி வேண்டாம் என்று ஈழத்து காம்ரேடுகள் எப்படிச் சொன்னார்கள்? முஹிதீன் நினைவுபடுத்தினாலும் அவர்கள் சுய மறுப்பில் தாமரையை, முற்போக்கு இலக்கியத்தை மறுதலித்து விட்டிருந்தார்களா? அல்லது இலங்கை முற்போக்கு இலக்கியத்துக்கும் இந்திய முற்போக்குக்கும் நடுவே வங்கக் கடல் கடந்துபோனதா?

வானொலி என்ற ஒரு பத்திரிகை இருந்ததும் மறைந்ததும் எல்லாம் இந்தப் பட்டியலைப் படித்துத்தான் என் நினைவுக்கு வருகிறது. சென்னை (மதறாஸ்), திருச்சி வானொலி நிலைய தினப்படி நிகழ்ச்சி விவரங்களைப் பிரசுரிக்க என்று அரசு வெளியிட்ட இந்தப் பத்திரிகையை தமிழ்நாட்டில் யாரும் வீட்டில் கிரமமாக வந்து விழ சந்தா செலுத்தி வாங்கியதில்லை என்று அடித்துச் சொல்லலாம். முழுக்க லைப்ரரி பத்திரிகை இது. கொரகொர என்று மீடியம் வேவ் இரைச்சலுக்கு நடுவே லோ பவர் டிரான்ஸ்பார்மர்கள் தயவில் ஆகாசவாணி ஒலிபரப்பிய சீரிய நிகழ்ச்சிகளை இலங்கையர்கள் கேட்க என்னத்துக்காக க்யூ நின்று வானொலி பத்திரிகை வாங்கினார்கள்? மற்ற பத்திரிகைகள் இருக்கட்டும். திட்டம், அதான் நம் மத்திய அரசின் 'யோஜனா'வின் தமிழ்ப் பதிப்பு. சும்மாக் கொடுத்தால்கூட யாரும் தொடத் துணியாத இந்த கவர்மென்ட் காகிதத்தை இறக்குமதிக் கட்டுப்பாட்டில் வைத்தாவது சிரமப்பட்டு வாங்கிப் படிக்க ஈழத்தவரை முன் நடாத்தியது எது? எஸ்.பொ சொல்லவில்லை. காப்ரியல் கார்சியோ மார்க்வேசே, நீராவது சொல்லும் வேய்.

கிட்டத்தட்ட நாற்பது பக்கம் வரும் இந்த பத்திரிகை இறக்குமதிச்

சட்டம் பற்றிய கட்டுரை தொகுப்பின் மிக நீண்ட படைப்பு என்றால், தமிழச்சியின் 'எஞ்சோட்டுப் பெண்'ணுக்கு இரண்டே இரண்டு பத்தியில் எஸ்.பொ எழுதிய முன்னுரை ஆகச் சிறிய ஒன்று. இரண்டாம் பதிப்பு கண்ட இந்தக் கவிதைத் தொகுதிக்கு, கூட ஒரு பத்தி எழுதிச் சேர்த்திருக்கிறார் என்பதையும் சொல்லியாக வேண்டும். அடுத்த பதிப்புக்காவது எஞ்சோட்டுப் பெண்ணுக்கு சற்று விரிவான முன்னுரையை எஸ்.பொவிடம், தமிழச்சி எதிர்பார்க்கிறாரோ என்னமோ நான் எதிர்பார்க்கிறேன்.

437 பக்கப் புத்தகத்தைப் படித்து ஒரு வாரத்தில் முன்னுரை ஒன்று எழுதித் தரும்படி எஸ்.பொ என்னைப் பணிக்க என் எந்தத் தகுதியும் காரணம் இல்லை என்று தெரியும். ஒரு எழுத்தாளனாக இல்லாவிட்டாலும், விரைந்து படித்து ரசித்து அதை சிலாகிக்கவோ குற்றம் சொல்லவோ கூடிய ரசிகனாகவே இந்தக் கடமையை ஏற்பித்தார் என்று திடம் செய்து கொண்டு பிரித்த பக்கம் மிரள வைத்தது. ஒரு சிறுகதைத் தொகுதிக்கு முன்னுரையாக எஸ். பொ சொல்வது இது-

"சிறுகதைத் தொகுதிக்கு முன்னுரையும் சேர்த்துக் கொள்ளுதல் சம்பிரதாயமான காரியமாக நிலைத்துவிட்டது. அப்படி ஒரு முன்னுரை எழுதுபவர், அந்தத் துறையிலே தமக்குள்ள புலமையை, அன்றேல் புலமை இன்மையை ஓரளவிற்கு விண்டுகாட்டி, தமது நூலின் சில பக்கங்களளைத் தமது சுயவித்துவ அளப்பலுக்கும் ஒதுக்கித் தந்துவிட்டாரே என்று மனச்சாட்சியின் முள் உறுத்த, கதாசிரியரைப் பற்றி நான்கு வரிகளும், கதைகளைப் பற்றி இரண்டு வரிகளும் எழுதும் திருக்கூத்தாகவே இக்கைங்கரியம் நிலைபெற்று வருகிறது'.

எஸ்.பொ பகிடி செய்த இந்தச் சட்டகத்துக்குள் அகப்படாமல் தப்பிக்க ஒரே வழி இங்கே இந்த முன்னுரையை முடித்துக் கொள்வதுதான். சுபம். ஜனகணமன. படுதாவை இறக்குங்கப்பா.

'முன்னீடுகள்' என்ற எஸ்.பொ (எஸ்.பொன்னுதுரை)
நூலுக்கு எழுதிய முன்னுரை.

பட்வா

'பரமசிவன் விதவன். தெரியுமா?'

கேட்ட நண்பர் டால்கம் பவுடரையாவது கொஞ்சம் போல் நெற்றியில் பூசாமல் வெளியே புறப்படாத சைவர். ஒன்றுக்கு ரெண்டு பெண்டாட்டி உள்ள பரமசிவனைக் கைம்பிள்ளை ஆகச் சொன்னதின் சூட்சுமம் புரியாமல் விழித்தேன்.

'காளிதாசனின் குமார சம்பவம் படி' என்றார் அவர். சிருங்காரச் சுவை கொண்ட கவிதை ஆச்சே. மொழிபெயர்ப்பு கிடைத்தால் யாருடைய மைனர் விளையாட்டு சம்பவங்களை அந்த மகாகவி விவரித்திருக்காரோ, தெரிஞ்சுக்கத் தடை ஏது?

அடுத்த நாளே அவர் திரும்பி வந்து, லிப்கோ வெளியிட்ட கெட்டி அட்டை போட்ட 'குமார சம்பவம்' தமிழ் உரை புத்தகத்தை நீட்டினார்.

நான் நினைவு தெரிந்து படித்த முதல் தலகாணிப் புத்தகம் லிஃப்கோ டிக்ஷனரி தான். பத்து வயதுப் பையனுக்கு இந்தக் கையில் லிஃப்கோ அகராதி, அந்தக் கையில் ரென் அண்ட் மார்ட்டின் இங்கிலீஷ் இலக்கணப் புத்தகம் என்று ஒன்றுக்கு ரெண்டாகத் தலகாணிகளை வாங்கிக் கொடுத்தார்கள் வீட்டுப் பெரியவர்கள். தினம் அதில் ஒரு பக்கம், இதில் ஒண்ணு என்று கிரமமாக மனப்பாடம் செய்து வந்தால், வெள்ளைக்காரனையும் தோற்கடிக்கற இங்கிலீஷ் பேசலாம் என்று வேறு ஆசை

காட்டினார்கள் டர்பன் கட்டிய அந்தப் பொடிமட்டை வக்கீல் குமஸ்தர்கள்.

மனப்பாடத் தொந்தரவு மிகுந்த காலம் அது. பள்ளிக்கூடத்துத் தமிழய்யா தினசரி ஐந்து திருக்குறள் காணாப் பாடமாகப் படித்து ஒப்பிக்கச் சொல்வார். வரலாறு சொல்லிக் கொடுக்கிற வாத்தியாருக்கு சம்பந்தமே இல்லாமல் சாயந்திரம் தன்னோடு கூட நாங்களும் கோவிலில் ஓதுவார் சொல்லச் சொல்ல 'நமச்சிவாய வாழ்க, நாதன் தாள் வாழ்க' என்று திருவாசகம் முழுக்கச் சொல்ல வேணும் எனப் பிடிவாதம். இன்னும் அல்ஜீப்ரா தியரி, ராகுகால சார்ட், சென்னை எழும்பூரில் இருந்து வரிசையாக ராமேஸ்வரம் வரை போட் மெயில் என்ற ராமேஸ்வரம் எக்ஸ்பிரஸ் நின்று போகிற மெயின் லைன் சாதா ஸ்டேஷன், ஜங்ஷன் பெயர்கள், சரளி வரிசை, ஜெண்டை வரிசை, பிரபவ, விபவ என்று வருடப் பெயர்கள், மேடம், மிதுனம், கர்க்கடகம் என்று மாதப் பெயர்கள் இப்படி எத்தனையோ பட்டியல்களை உருப்போட்ட காலம் அது. கொசுறாக இப்போ லிஃப்கோ, ரென் அண்ட் எவனோ.

லிஃப்கோ டிக்ஷனரி கொஞ்சம் அகராதிதான். இங்கிலீஷ் வார்த்தைக்குத் தமிழ் அர்த்தம் கொடுத்து அங்கங்கே கட்டம் கட்டி முக்கியமான சொற்களை எப்படி யார் கையாண்டிருக்கிறார் என்று மேற்கோள் வேறே காட்டியிருப்பார்கள். 'நல்ல பிள்ளையாக இரு', 'தினமும் தியானம் செய்' போல புத்திமதிகள், பல நாட்டுத் தலைநகர்கள், தலைவர்கள், தேசியப் பறவை, தேசிய கீதம் என்று பலபட்டடைப் பட்டியல்கள் மானாவாரியாகத் தென்படும். அகராதி வாங்கிக் கொடுத்த பெரியவர்கள் மூக்குக் கண்ணாடியோடு போய் வாங்கியிருந்தால், இதையெல்லாம் பார்த்து ஆனந்தக் கண்ணீர் விட்டிருப்பார்கள். அன்னிக்கு ஆரம்பித்து, இன்றைய தேதி வரைக்கும் விடாமல் தினசரி மனப்பாடம் செய்ய அதில் விஷயம் உண்டு.

நல்ல வேளை. குமார சம்பவம் லிஃப்கோ புத்தகத்தை நீட்டிய அன்பர் இதை மனப்பாடம் செய்யாவிட்டால் கழுவேற்றுவேன் என்று பயமுறுத்தவில்லை. 'பையப் பதறாமப் படிச்சுட்டு வேறே யாருக்காவது கொடுங்க, அருமையான நூல்' என்ற அறிவுரை மட்டும் சொல்லிவிட்டு போனார். வடமொழி அட்சரம் தெரியாதவர் அவர்.

31

சுவாரசியமான புத்தகம்தான். காளிதாசன் கவிதையை மொழிபெயர்ப்பில் படிக்கும்போது மூல காவியத்தின் கவிதானுபவமும் நாடக அனுபவமும் கிடைக்காவிட்டாலும் கம்பீரமான தொனியும், அருவியாகப் பொழியும் சிருங்காரமும் அவன் மகா கவிஞன்தான் என்று சொல்லாமல் சொல்கின்றன.

இமயவன் மகள் இமவதியை மணந்து, அவள் உயிர் நீத்த பிறகு (அப்படித்தான் இருக்கு) சிவன் ஒற்றையனாகக் காடு, மலைப் பிரதேசங்களில் சுற்றுவதை மகாகவி அழகாக விவரிக்கிற பகுதியின் நான் தேடிய விதவன் தகவலும் வருது.

புத்தகம் முடிய இன்னும் ஒரு அத்தியாயம்தான் பாக்கி. பக்கத்தைப் புரட்டுகிறேன்.

இதென்ன, தமிழும் வடமொழியும் அடுத்தடுத்து இருக்காமல் இந்த அத்தியாயம் மட்டும் முழுக்க சம்ஸ்கிருதத்தில் அச்சாகி இருக்கு? ஏதாவது பிழையா?

அச்சுப் பிழை இல்லை. கருத்துப் பிழை. ஒரு மடாதிபதி சொன்னாராம் 'இந்த அத்தியாயத்தில் மன்மதன் அம்பு பட்டு காதல் வசப்பட்ட சிவன் பார்வதியைப் பார்த்து திரும்ப இல்லறச் சுவையில் மூழ்குவதாக வருகிறது. சிருங்காரம் பெருகிச் சொட்டும் இந்த வரிகளை மொழிபெயர்த்துக் கொடுத்தால் படிக்கிறவர்கள் காமம் மிக்கூறிக் கெட்டுப் போய்விடுவார்கள். ஆகவே இதை மொழிபெயர்க்காமல் மூலத்தை மட்டும் கொடுத்துடு போதும். உலகம் உய்யும். நாராயண நாராயண'.

மடத்து உத்தரவை சிரமேற்கொண்டு காளிதாசன் காவியத்தையே சென்சார் செய்து பதிப்பித்தது அறுபதுகளில். அதாவது அயத்துல்லா கொமேனி பட்வாவுக்கு முன்பே இங்கே மட்வா வந்து விழுந்திருக்கிறது என்பது நன்றாகப் புரிகிறது.

ஆனால் இது மட்டும் புரியவில்லை அதெப்படி வடமொழியில் படித்தவர்களுக்கு காளிதாசனின் வரிகளில் இருக்கும் சிங்காரம் கிளர்ச்சியை உண்டு பண்ணாது, தமிழில் படித்தவர்களை மட்டும் பெண்பித்து பிடித்து அலைய வைக்கும்? வடமொழி படித்தாலும் அரைக்குக் கீழே ஜீவனோடு இருக்க முடியும் என்றே நம்புகிறேன்.

தமிழ்ப் பாட்டு படும் பாடு

புத்தக வெளியீட்டுக்காக லண்டனில் இருந்து வந்திருக்கும் நண்பர் பத்மநாப ஐயரோடு கதைத்துக் கொண்டிருந்தபோது நம்ம ஊர் வித்வான்கள் தமிழிசையை ஒரு கை பார்க்கிறதை எடுத்துக் காட்டினார்.

'ஒரு பிரபல வித்துவான் காய்ச்சின பால் என்று வரும் இடத்தில் எல்லாம் கச்சின பால் என்று பாடுகிறதைக் கவனிச்சிருக்கீங்களா?' ஐயர் கேட்டார்.

குறில் நெடில் வித்தியாசம் தெரியாமல் சபா மேடையில் காளிதாசனாக வித்துவான் கச்சு அவிழ்த்ததுக்கு இணையாக மலையாளப் பத்திரிகையில் நம்ம தமிழ்ப் பெயர்களைத் தொடர்ந்து ஒரு வழி பண்ணி எழுதி வருவதைக் குறிப்பிடலாம்.

தமிழாச்சி என்று போட்டிருந்தார்கள். 'சாரே, ஆச்சியில்லை. அசல் சென்னைத் தமிழ்ச் சேச்சி. குறிலாக்கி, தமிழச்சின்னு போடும்' என்று மெனக்கெட்டு தொலைபேசியில் விளித்துத் திருத்தம் சொன்னேன். 'சோரி' சொன்னார்கள்.

நிக்கோலா பெனடிட்டி

எடின்பரோ அஷர் ஹால் வாசல். ஒரு கோடைக் கால சாயந்திரத்தில் நண்பர் ஆன்டோவும் நானும் க்யூவில் நிற்கிறோம். ஆன்டோ இத்தாலியர். முழுப்பெயர் அன்டோனியோனி. புதுக் கவிஞர்களுக்கு உத்வேகம் அளிக்கக்கூடிய பெயர் என்றாலும் சுருக்கி உச்சரிக்க சிரமப்பட்டதால் எனக்கு ஆன்டோ ஆனார்.

'நிக்கோலா பெனடிட்டின்னு ஸ்காட்டிஷ் பொண்ணு. இத்தாலிய வம்சாவளி. அற்புதமா வயலின் வாசிக்கிறா. கிளாசிக்கல் வெஸ்டர்ன். உனக்குப் பிடிக்குமே, வா, போகலாம்'. ஆன்டோ வற்புறுத்தவே எடின்பரோ கோட்டைப் பக்கம் விளிம்பு நாடக விழாவில் 'ரசீது' நாடகம் பார்க்க உத்தேசித்ததைத் தள்ளிப் போட்டேன்.

டிக்கெட் வாங்க க்யூவில் நிற்கிறபோது அஷர் ஹால் வாசலில் நிக்கோலாவின் போஸ்டர் கண்ணில் பட்டது. அழகு என்றால் அப்படி ஒரு அழகு. பெனலோப் க்ரூசில் தொடங்கி எனக்குத் தெரிந்த எல்லா அழகான பெண்களும் வரிசையாக நினைவு வந்த அதியற்புத நேரம் அது. பார்க்க மூக்கும் முழியுமாக இருந்து மற்ற ஏதாவது திறமையும் சொல்லிக் கொள்கிறது மாதிரி அமைந்துவிட்டால் இவர்களுக்கு வானமே எல்லை. நிக்கோலா பெனடிட்டிக்கு சமீபத்தில் தான் 18 வயது முடிந்தது. மேற்கத்திய

சாஸ்திரிய சங்கீதக் கச்சேரி சர்க்யூட்டின் இப்போதைய சர்வதேசப் பிரபலங்களில் இளையவர் நிக்கோலாதான்.

நம் ஊர் சைல்ட் பிராடிஜிகளின் சாதனைக்குச் சற்றும் குறைந்ததில்லை நிக்கோலாவுடையது. நாலு வயதில் வயலின் கற்றுக்கொள்ள ஆரம்பித்து, ஒன்பது வயதிற்குள் வரிசையாக எட்டு இசைத் தேர்வுகளில் வெற்றி பெற்று வயலின் மேதை யெஹுதி மெனுஹின் இசைக் கல்லூரியில் பட்டம் வாங்கியவர். ராயல் பில்ஹார்மோனிக் ஆர்கெஸ்ட்ரா, ஸ்காட்டிஷ் பாலே இசைக்குழு போன்ற புகழ்பெற்ற குழுக்களில் வாசிப்பவர். பிரிட்டீஷ் அரச குடும்பத்துக்காக அரசவைக் கலைஞராகத் தனிக் கச்சேரி செய்தவர். சூயிங்கம் மென்றபடி பெரும்பாலான பிரிட்டீஷ் கன்யகைகள் விஸ்கி குடிக்கும் பாய் பிரண்டோடு சுற்றும் பருவத்தில், ஷைக்கோவிஸ்கி சைமனோவிஸ்கி, ஸ்ட்ராவின்ஸ்கி என்று இசைமேதைகளின் படைப்புகளைத் துரத்திப் பிடித்து ஆழ்ந்து கற்றவர். லண்டன் பிபிசி ப்ரோமனேட் இசைவிழாவிலும் இதற்கு முந்தைய எடின்பரோ சங்கீத சீசன் கச்சேரியிலும் ஒளி வட்டத்துக்கு வந்து கண்டிப்பான பத்திரிகை விமர்சகர்களால் தாராளமாகப் பாராட்டப்பட்டவர். இவருடைய ரசிகர் கூட்டமும் ஸ்காட்லாந்தில் அதிகம்.

நாலாம் வரிசையில் உட்கார டிக்கெட் தலா முப்பது பவுண்ட் கொடுத்து வாங்கியானது. சென்னை மியூசிக் சீசனில் சௌம்யா, நித்யஸ்ரீ கச்சேரிக்கு வாங்குவதைவிட ரெண்டாயிரம் ரூபாய் அதிகம். இவர்களுக்கு ஈடான க்ளோஸ் அப் புன்னகை சவிதா நரசிம்மன் கச்சேரி ஓசியிலேயே மதிய அரங்கில் கிட்டியதுண்டு. ஆன்டோவை சென்னை சீசனுக்கு அழைத்தபோது மணி அடித்துத் திரை உயர, மேடையில் வயலினை ஏந்தியபடி ஒயிலாக நிற்கும் நிக்கோலா.

'வாவ், கிரேஸ்புல்'. பக்கத்தில் ஒரு ஸ்காட்டிஷ் பாட்டியம்மா சிலாகித்தாள். கோடைக்காலம் என்பதால் மேல் சட்டையைக் கழட்டிப் பந்து போல் சுருட்டி மடியில் வைத்துக்கொண்டு இளைஞன் ஒருத்தன் விடாமல் கைதட்டினான். முத்தங்கள் எல்லாத் திசையிலிருந்தும் மேடைக்கு இறக்கை இன்றிப் பறந்தன. 'ஷீ இஸ் ம்யூசிக் பெர்சானிஃபைட்'. பரவசத்தோடு சொன்னார் ஆன்டோ. இத்தனைக்கும் நிக்கோலா வயலினை வாசிக்கவே ஆரம்பிக்கவில்லை.

'அந்தப் பொண்ணு கையிலே வச்சிருக்கற வயலின் மதிப்பு தெரியுமா?' ஆன்டோ என் காதில் கிசுகிசுத்தார். என்ன, நம்ம லால்குடி, குன்னக்குடி, கன்யாகுமரி வாசிக்கற மாதிரி சமாச்சாரம். மிஞ்சிப் போனால் ஐயாயிரம் ரூபாய். இல்லையாம். கிட்டத்தட்ட ஐம்பது லட்ச ரூபாய். மயக்கம் போட்டு விழாமல் சமாளித்துக் கொண்டு ஏன் என்று விசாரித்தேன். ஸ்ட்ராடிவாரி என்றார் ஆன்டோ சுருக்கமாக. பதினெட்டாம் நூற்றாண்டில் வயலின் தயாரித்த மேதை கையால் உருவானதாம். உலகத்திலேயே தற்போது ஆயிரத்துக்கும் குறைவான ஸ்ட்ராடிவாரி வயலின்களே மிச்சம். லண்டன் ராயல் மியூசிக் அகாதமி நிக்கோலா வாசிக்க இப்படி அரைக் கோடி ரூபாய் வயலினை கடன் கொடுத்திருக்கிறது. அந்த அழகி 'கொடுங்க ப்ளீஸ்' என்று கேட்டால், ஒரு ஆர்க்கெஸ்ட்ராவே இலவசமாகக் கிடைக்கலாம்.

சும்மா சொல்லக் கூடாது. வில்லைக் கையில் எடுத்ததும் நிக்கோலா விசுவரூபம் எடுத்தார். மெண்டல்சன் வயலின் கான்சர்ட்டோ ஈ-மைனர், மோசர்டின் வயலின் அடாகியோ, ப்ராஹ்ம்ஸின் வி மெலோடியன், எல்லோருக்கும் தெரிந்த ஆவே மரியா என்று அடுத்தடுத்து நேர்த்தியாக வாசித்து அசத்திவிட்டார். அடுத்து வந்த இசையை எங்கோ கேட்ட நினைவு. 'இளவரசர் சார்ல்ஸின் முன்னாள் மனைவி டயானாவின் சவப்பெட்டி வெஸ்ட்மினிஸ்டர் தேவாலயத்தில் வைக்கப்பட்டு அடக்கத்துக்கு முந்தைய வழிபாடு நடந்ததே, நினைவு இருக்கா?' ஆன்டோ கேட்டார். நினைவு வந்துவிட்டது. ஜான் டவனர் இசையமைத்த அற்புதமான 'அத்தீனுக்கான பாட்டு' அது. இழவு நேரத்திலும் இசையை அரங்கேற்றிப் பிரபலப்படுத்த வெள்ளைக்காரர்களால் தான் முடியும். நிக்கோலா வாசித்தது ஹமீர் கல்யாணி போல் கம்பீரமான சோகம் ததும்பும் இதே 'சாங்க் ஃபார் அத்தீன்' தான்.

கர்ட்டன் காலாக அவர் கரவொலிக்கு நடுவே மேடைக்கு மூன்று தடவை குனிந்து வணங்கியபடி வந்தும் சத்தம் அடங்கவே இல்லை. நிக்கோலா நினைவில் ராத்திரி முழுக்க கிளாசிக் எப்.எம் ரேடியோ கேட்டபடி விழித்திருந்தாராம் ஆன்டோ.

போன வாரம் நிக்கோவாவின் இணையத் தளத்தில் பார்த்தபோது, அவருக்கு இந்திய ஆன்மீகத்தில் சிரத்தை வந்திருப்பது புரிந்தது. அவர் அண்மையில் வாசித்து வெளியான, ஜான் டவ்னர் இசையில்

அமைந்த புதுத் தொகுப்பில் தியானம், லாலிஸ்ரீ போன்றவை பெயரில் மட்டுமில்லாமல் இசை இனிமையிலும் நம்ம ஊர் சாயலுடன் இருக்கின்றன. கூடிய சீக்கிரமே டிசம்பர் சீசனில் மியூசிக் அகாதமி சதஸ்ஸிலோ, சாயந்திரக் கச்சேரியிலோ நிக்கோலா பெனடிட்டியைப் பார்க்கலாம் என்று தோன்றுகிறது. அருணா சாயிராம் போல் ஹவுஸ்ஃபுல் நிச்சயம்.

சீறுநீர் கழிக்கும் நாய்

சென்னை தி நகர் வெங்கட்நாராயணா வீதி முனை ஆட்டோ ஸ்டாண்ட். அருகே சுவரில் ஓட்டுனர் தோழர்கள் 'இங்கே சீறுநீர் கழிக்கிறவன் நாய்' என்று ஸ்பெல்லிங் மிஸ்டேக்கோடு எழுதி மிரட்டியிருந்தார்கள். பக்கத்து தண்டபாணி தெருவில் விஸ்வ இந்து பரிஷத் ஆபீசுக்கு வந்துவிட்டு இந்தியில் பேசியபடி சுவர் ஓரம் ஒரு சின்னக் கூட்டம் ராத்திரியில் வரிசையாகக் குந்தியிருந்தது

பக்கத் தெருமுனையில் பாதியுடைச் சாமியார்கள்
கக்கத்தில் சூலம் இடுக்கியே - முக்கிமுக்கி
வீறுகொண்டு இந்தியில் நீர்பிரி யச்சுவரில்
'சீறுநீர் போகிறவன் நாய்'.

வாயில் வெற்றிலைச் சீவலோடு இம்மென்றால் இருநூறு பக்திக் கவிதையும் கமழும் நண்பர் கிரேசி மோகனிடம் வெண்பாவைச் சொன்னேன். எஸ்.எம்.எஸ்ஸில் பத்தே நிமிடத்தில் அவர் அனுப்பிய பதில் வெண்பா இது.

வளைத்தாள் புருவத்தை வைதேகி வில்லை
வளைத்தான் சிவதனுசை ராமன் - முளைத்த
முகச்சிகை கோதி முனிவன் குளிர்ந்தான்
இகத்தில் பரத்தை இணைத்து.

கதிரேசன் செட்டியாரும் Bt கத்தரிக்காயும்

Hype சம்பந்தப்பட்ட ரெண்டு விஷயங்களை முற்றாகத் தவிர்த்து விடுவது சகலமான விதத்திலும் சால நன்மை பயக்கும். சொல்றேனே தவிர, பல சமயம் ஹைப்பில் ஏமாறி கைக்காசும் கால நேரமும் வீணாகிப்போய் நொந்த சந்தர்ப்பங்கள் உண்டு.

ஆனாலும் தமிழ்ப் புத்தகம் அதுவும் இலக்கியம் பற்றி ஹைப் எதுவுமே இதுவரைக்கும் கிடையாது என்று நினைத்து இறுமாந்திருந்த போது, இப்படி வகையாக ஏமாறுவேன் என்று சத்தியமா நினைக்கலேடா சாமி.

புத்தகக் கண்காட்சியில் ஒரு பிரபல பதிப்பகத்தின் ஸ்டாலில் 'கதிரேசன் செட்டியாரின் காதல்' புத்தகத்தை முழுக்கப் பாதுகாப்பாக செல்லஃபோன் காகிதம் பொதிந்து காட்சிக்கு வைத்திருந்ததைப் பார்த்தபோதே நாக்கில் எச்சில் ஊறியது. அறுதப் பழசு காலத் தலைப்பு. கூடவே 'ஒரு துப்பறியும் நவீனம்' என்று துணைத் தலைப்பு. அப்புறம் இன்ப ஊகங்களுக்கு இடமளிக்கும் செல்லஃபோன் உறை.

வடுவூர் துரைசாமி ஐயங்கார் எழுதிய கருங்குன்றத்துக் கொலை போன்ற சுவாரசியமான புத்தகமா அல்லது திரிகூட சுந்தரம்

பிள்ளை அக்கறையாகப் பதிப்பித்த கொக்கோக விளக்கம் மாதிரி உரைநடைத் தமிழில் அமைந்த ஆதிகால எரோடிக் எழுத்தா?

வல்லிக்கண்ணன் 'சம்பங்கிபுரத்துப் பொம்பிளைகள்' எழுதி தஞ்சை பிரகாஷுக்கு மட்டும் படிக்கக் கொடுத்துவிட்டுக் கிழித்துப் போட்டுவிட்டாராம். பிரகாஷே என்னிடம் பெருமை அடித்துக் கொண்டார் படு குஷியாக. அது தஞ்சை கோவில் கும்பாபிஷேகம் பற்றி கட்டுரை எழுத என்னை கல்கி பத்திரிகை அனுப்பி வைத்த போது. நல்ல ஆளா வேறே யாரும் கோவில், குடமுழுக்கு இதையெல்லாம் கவர் செய்ய கிடைக்கலியா என்றார் பிரகாஷ். உற்ற தோஸ்தாக இருந்தாலும் நான் பிரகாஷை கொலைப் பார்வை பார்த்தது சம்பங்கி புரத்தை அவர் தனக்கு மட்டுமான அந்தரங்க சஞ்சிகை ஆக்கியதுக்காக மட்டும்.

வடுவூர் துரைசாமி ஐயங்கார்? வடகலை ஐயங்கார்களுக்கும் எகிப்திய pharoh-க்களுக்கும் தாயாதி பங்காளி உறவு என்று நிலைநாட்டி இங்கிலீஷில் அவர் ஒரு புத்தகம் எழுதி, ஆயுசு முழுக்கத் துப்பறியும் கதை எழுதிச் சம்பாதித்ததை எல்லாம் பைசா மிச்சமில்லாமல் கோட்டை விட்டாராமே? அந்தப் புத்தகமாவது கிடைத்ததா? ஊஹும். தென்கலை அய்யங்கார்கள் சப்ஜாடாக வாங்கி எரித்திருப்பார்கள்.

மேற்படி வடுவூர் ஐயங்கார் கிளியோபாட்ராவோடு மேற்படிந்து செல்லஃபோன் அட்டை போட்ட கொக்கோகத்தை உறை கிழித்துப் பிரித்து வைத்து, ஐயோடெக்ஸுக்கு வேலையில்லாமல் விதவிதமாக ஆராய்ச்சி செய்து கொண்டிருக்கட்டும். மேலே போய்ச் சேர்ந்த பிரகாஷும் வல்லிக்கண்ணனும் சம்பங்கிபுரத்துப் பொம்பிளைகளோடு இன்பமாக இருந்து தொலையட்டும். எனக்கு எழவெடுத்த 'கதிரேசன் செட்டியார் காதல்' போதும்.

முடிவு செய்தபடி புத்தகத்தை எடுத்தபோது யாரோ தோளில் தட்டி குசலம் விசாரிக்க, பேச்சு எங்கேயோ போய் முடிந்து கடைசியில் புத்தகக் கண்காட்சியில் வாங்காமல் போன பட்டியலில் சேர்ந்தார் கதிரேசன் செட்டியார்.

இன்றைக்கு எழுந்ததுமே முடிவு செய்து குளிர்ந்த தண்ணீரில் நீராடி, சாத்வீகமான காலை உணவை உண்டு, நல்ல சிந்தனைகள் மனதில் நிறைந்திருக்க புக்லேண்ட் போய் நண்பர் கிரேசிக்குக்

கொடுக்க நடேச சாஸ்திரியின் 'தலையணை மந்திரோபதேசம்' தேடினேன். என் பிரதியை ஸ்ரீனிவாச ராமானுஜத்துக்குக் கொடுத்து அவர் இன்னும் படித்து ரசித்துக் கொண்டிருக்கிறார்.

நடேச சாஸ்திரியோடு சட்டென்று கதிரேசன் செட்டியாரும் நினைவுக்கு வர அந்தப் புத்தகத்தை வாங்கிப் பணம் அடைக்க நின்ற இளைஞரும் காரணம்.

அவர் நான் ஊழியம் பார்க்கிற டைடல் பார்க் முழுக்க ரொம்பியிருக்கும் பலசரக்கு சாஃப்ட்வேர் கடையொன்றில் பொட்டி தட்டுகிற இளந்தாரிதான். நான் ஆறாவது மாடி என்றால் அவர் ஒரு மாடி கீழே.

ஏன் சார் உங்க சொந்த வெப் போர்ட்டல்லே இங்கிலீஷ்லே மட்டும் வருது என்று புகார் மனு சமர்ப்பித்தவரை சமாதானப் படுத்தி கையிலிருந்த கதிரேசன் செட்டியார் காதலைப் பிடுங்கிப் பார்த்தேன். ஊஹ¤ம். பிரிய மாட்டேன் என்று மேலே படர்ந்து இருந்த செல்லஃபோன் உறை உசுப்பேற்றிவிட்டது. பேசாமல் கதிரேசன் செட்டியாரின் காதல் காண்டம் என்று தலைப்பு வைத்திருக்கலாம்.

எனக்கும் ஒரு காப்பி வேணுமே? புக்லேண்ட் நண்பரை நச்சரிக்க அவர் உடனே உள்ளே பாய்ந்து ஓடி சகலமானதுக்கும் நடுவே தேடிப் பார்த்து, இதான் சார் கட்டக் கடேசி காப்பி என்று ஏற்கெனவே சக பெட்டிக்காரர் வைத்திருப்பதைக் காட்டிக் கையை விரித்தார்.

டைடல் இளைஞர் 'பரவாயில்லே நீங்களே வாங்கிக்குங்க' என்று அன்போடு புத்தகத்தை நீட்ட ஆயிரம் தடவை நன்றி சொல்லிவிட்டு வாங்கி வந்தேன்.

கடந்த இரண்டு மணி நேரம் அந்த அதியற்புதப் புத்தகத்தைப் படித்து முடித்துவிட்டு இதை எழுதும் போது ஆத்திரம்தான் மேலோங்கி நிற்கிறது.

இப்படியா ஒரு திராபையான புத்தகத்துக்கு ஹைப்பை கிளப்பி விட்டு அப்பாவிகளை ஏமாற்றுவார்கள்.

எழுதிய மா.கிருஷ்ணன் பெரிய இடத்துப் பிள்ளையார். தமிழ் உரைநடைப் பிதாமகர்களில் ஒருவரான (அங்கே எங்கே

பாலியாண்ட்ரி என்று கேட்கக் கூடாது) அ.மாதவையாவின் புத்திரர். வனவிலங்குகளைப் பற்றி ஆராய்ந்து புத்தகம் எழுதிய இன்னொரு ஜிம் கார்பெட். ஜிம் துப்பாக்கியால் சுட்டார். கிருஷ்ணன் காமிராவால். ரெண்டு பேரும் எழுதிய இந்தியக் காடுகள், விலங்குகள் பற்றிய எழுத்துக்கள் மிக முக்கியமானவை. கிருஷ்ணன் பத்மஸ்ரீ கூட வாங்கியிருக்கிறாராம். 1996-ல் காலமான போது அவர் வயது 84.

போகட்டும். ஆனால் அவர் துப்பறியும் கதை எழுத ஆரம்பித்தது 83-ஆம் வயதில். அதுக்கு அவரே படமும் மாங்கு மாங்கென்று வரைந்து தள்ளி இருக்கிறார். பிரபலமானவர் எழுதிய கதை என்பதால் அப்போதே யாரோ அதை அச்சுப் போட்டிருக்கிறார்கள். போன வருடம் மீண்டும் அந்தப் புத்தகத்தை எல்லாவிதமான சிறப்போடும் இன்னொரு தடவை அச்சுப்போட்டு செல்லஃபோன் பேப்பரில் சுற்றி வெளியிட்டு கனவான்களின் சிபாரிசோடு விலையாக்கிக் கொண்டிருக்கிறார்கள். ஒரு சுக்கும் இல்லாத புத்தகம் இது.

1985-ல் நடக்கிற துப்பறியும் கதையாம். காடாறு மாதம் நாடாறு மாதம் என்று காமிராவோடு காட்டுக்குப் போன கிருஷ்ணன் யானையையும் புலியையும் பார்த்ததைவிட நகர வாழ்க்கையில் தெருவில் எதிர்ப்படும் மனிதர்களைப் பார்த்ததும் பழகியதும் சொற்பம் என்று புரிகிறது. அல்லது அவர் மனம் அவரளவில் 1940-ல் கடியாரம் சாவி தீர்ந்த மாதிரி நின்று போயிருக்கிறது.

சுஜாதா தொடங்கி, தமிழ்வாணன், சுபா, பட்டுக்கோட்டை பிரபாகர், ராஜேஷ் குமார், இந்திரா சௌந்தர்ராஜன் என்று பலரும் தமிழில் துப்பறியும் கதையை வடுவூர் துரைசாமி ஐயங்கார், ஆரணி குப்புசாமி முதலியார் காலத்தில் இருந்து இந்தக் காலத்துக்கு எடுத்து வந்து வெகு நாளாகிவிட்டதை கிருஷ்ணன் பாவம் அறியவில்லை. காட்ச் -22வைக் கூட துப்பறியும் கதைத் தலைப்பாக்கி பிடி-22 என்று வைத்து விட்டார் நம்ம கல்கண்டு தமிழ்வாணன்! கிருஷ்ணன் படித்திருக்க மாட்டார் பாவம்.

கிருஷ்ணனின் கதிரேசன் செட்டியாரும் இன்ன பிற பாத்திரங்களும் 1986-ம் வருடம் 1940-களின் *time warp*-ல் அகப்பட்டது போல மூச்சு விடுகிறார்கள். காதலிக்கின்றனர். கொலை செய்கிறார்கள். கண்டு பிடிக்கிறார்கள். பருப்பு உசிலியும், கீரை மசியலும்

சாப்பிடுகிற சப்பின்ஸ்பெக்டர்கள் ஒரு பக்கம் பாக்கி இல்லாமல் தவறாமல் டாணாவுக்குப் போகிறார்கள். கிருஷ்ணனுக்கு திடீர் திடீரென்று புணர்ச்சி விதி நினைவுக்கு வர அங்கங்கே இரண்டு வார்த்தைகளைக் கலந்து சப்பின்ஸ்பெக்டர், அப்படியிந்த, வேறொண்ணுங்கடயாது என்று எழுதுகிறது ஒரு மாதிரியான சுவாரசியம்.

துரைசாமி, பெருமாள்பிள்ளை, முகைதீன், முத்து, கண்ணம்மா, கதிரேசன் செட்டியார் என்று எல்லா பாத்திரங்களும் வந்துண்டு போயிண்டு சாப்பிட்டுண்டு பார்த்துண்டு, கொன்னுண்டு இருக்கா. 'இந்தக் கீரவடெயெ ஓங்க வீட்டுலே இருந்து அனுப்பினேளாமே. ரொம்பப் பிடிச்சுருந்தது. ரொம்ப ருசியா இருந்தது. என்ன கீரைன்னு தெரியலை'. 'இது எம்பொண்டாட்டியோட ஸ்பெஷல்' ரக இயல்பான உரையாடல்கள் அங்கங்கே.

படங்கள் வேறே. 1989-ல் தமிழ்நாட்டு போலீஸ்காரர்கள் அரை டிராயர் போட்டுக் கொண்டு காட்சி அளிக்கிறது காலம் போன காலத்தில் கதிரேசன் செட்டியார் காதலை விடக் கொடுமை.

கிருஷ்ணனை நினைவு வைத்துக் கொள்ள அவருடைய வனவிலங்குப் புத்தகங்களே போதும். அதைவிட முக்கியம் அவர் மாதவையா மைந்தர். இந்த மாதிரி எல்லாம் அவர் நினைவை 'சிறப்புக் கவுரவப்படுத்த' வேண்டாம். ஏரோப்ளேனின் பறக்கிறவர்களை அப்படியே விட்டுவிடலாம். எதுக்கு ஏணி வைக்கணும்?

தம்புராட்டி

‘இந்த நாடகத்தில் ஒரு சீன்லே ஹீரோ உடம்புலே பொட்டுத் துணி கூட இல்லாம மேடையிலே நிக்கறான்’. ராயல் லைசியம் தியேட்டரில் டாக்டர் பாஸ்ட் நாடகத்துக்கான டிக்கட் வாங்க கியூவில் நிற்கும் போது எனக்குப் பின்னால் நின்றவள் என் காதில் கிசுகிசுத்தாள். பழைய ஜெர்மனிய இலக்கியம். கத்தே என்ற மாபெரும் படைப்பாளி எழுதியது. பார்க்க இப்படி பனியில் நனைந்தபடி க்யூவில் நிற்கிறேன். ஈவ் டீசிங் போல் ஆடம் டீசிங் செய்கிற துஷ்டை யார்? திரும்பினேன்.

தாட்டியான பெண். சின்னக் கண்ணும் சப்பை மூக்கும் சீனா என்றால், வெளுத்த உடல் லோக்கல் பெண் என வம்ச வரலாறு சொல்கிறது. ஜப்பானிய சுமோ மல்யுத்த பயில்வான்களில் பெண்கள் யாரும் கிடையாது. லங்கோட்டோடு சுமோ யுத்தம் செய்யவேண்டியிருக்காவிட்டால், எனக்குப் பின்னால் நின்றவள் சுமோ பயில்வான் பட்டியலில் இடம் பிடித்திருப்பாள். அவள் சைசுக்கு லங்கோடு என்ன, ஜீன்ஸ், டீஷர்ட் கிடைப்பதே சிரமம். தலையிலிருந்து கால்வரை தீர்க்கமாக பார்க்கிறேன்.

‘சகல உடுப்பும் அழுத்தமான காட்டன் துணியில்தான் தைத்துப் போட்டுக்கறேன்’ யட்சிணி மாதிரி என் நினைப்பைப் புரிந்துகொண்டு சொல்கிறாள் ராட்சசி. அப்புறம் நாடகம்

தொடங்க வாசல் புல்வெளியில் காத்திருந்த பதினைந்து நிமிட நேரத்தில் உற்ற தோழியாகிப் போனாள் விக்கி. அதாவது விக்டோரியா. வயது 35.

'என்னமோ ஒரு சில பேரைப் பார்த்ததும் ஜன்மம் முழுக்க பழகின மாதிரி தோணுது. பேச்சு கொடுன்னு மனசு நச்சரிக்குது. நீ அதிலே ஒருத்தன். பங்களாதேஷ்காரன்தானே?" இந்தியன் என்கிறேன். எடின்பரோவில் பங்களாதேஷ்காரர்கள் அதிகம். எல்லோரும் ஆளுக்கு ஒரு மூலையில் சின்னதாக ஓட்டல் நடத்தி ரொட்டி விற்கிறார்கள். மதராஸ் சாம்பார் என்று தொட்டுக்கொள்ள ஒரு ஸ்பெஷல் சமாசாரத்தையும் நாலு பவுண்ட் வாங்கிக் கொண்டு குவளை நிறையத் தருகிறார்கள். மதராஸையும் சாம்பாரையும் பார்க்காமல் உத்தேசமாக செய்து ஒப்பேற்றியது அது. சவுக்காரத்தை புளித்தண்ணீரில் கரைத்து வேகவைத்தது போன்ற அதன் சுவைக்கும் மயங்கி ஸ்காட்லாந்துக்காரர்கள் அந்த ஹோட்டல்களை முற்றுகையிடுகிறார்கள். விக்கி மாதிரி. அவள் பாதிதான் ஸ்காட்டிஷ்காரி. அப்பா வகையில் அது. அம்மா நான்யாங் பிரதேச அசல் சீனச்சி.

அரை மூக்கால் அருமையான இங்கிலீஷ் பேசிய விக்கி மலையாள சரித்திரக் கதையில் வரும் அரண்மனைக்காரத் தம்புராட்டி போல் ஏனோ தெரிந்தாள்.

டாக்டர் பாஸ்ட் பார்க்க எனக்கு அடுத்த இருக்கையில் உட்கார்ந்து நாடகம் ஆரம்பமான பத்தாவது நிமிடத்தில் தூங்கிவிட்டாள் விக்கி. சாத்தான் கதாநாயகனுக்கு உலகத்து இன்பத்தை எல்லாம் வர்ணித்து ஆசை காட்டுகிறான். 'இன்பத்தின் எல்லைகளை அனுபவிக்க வேணும்' என்கிற பாஸ்ட் உடல் சார்ந்த இன்பத்தின் எல்லைகளைத் தொடத் தயங்குகிறான். அவனை சாத்தான் வற்புறுத்தி கீழ் உலகுக்கு அழைத்துப் போக ஆயத்தமாகிறான்.

விக்கி என் தோளைத் தட்டி 'சீன் போயிடுச்சா?' என்றாள். என்னது? அதாம்'பா திகம்பர தரிசனம். சட்டென்று எனக்கு முன்வரிசையில் நாலைந்து பாட்டியம்மாக்கள் பைனாகுலரை முகத்துக்கு நேரே பிடிக்கிறதைப் பார்த்தேன். மொட்டைத்தலை நாயகன் பேண்டையும் சட்டையையும் அவிழ்த்துப் போட்டுவிட்டு மேடையில் உரித்த கோழியாக நிற்கிறான். "எல்லைகளை அனுபவிக்க வேண்டும். ஒரு எல்லைக்கு உட்பட்டு'. அவன்

வசனத்தில் இன்றைய நாகரீக வர்க்கத்தின் இருத்தலியல் சிக்கலை இனம் கண்டு நான் ரசித்தபடி உட்கார்ந்திருக்கிறேன். ‘சரி, கிளம்பறேன். அந்த முன்வரிசை கிழவிகளை போய்ட்டு நாளைக்கு வரச் சொல்லு’ விக்கி எழுந்து நடக்கிறாள்.

நான் போன சினிமா, நாடகம், பாலே நாட்டியம், வெஸ்டர்ன் கிளாசிகல் இசை நிகழ்ச்சி என்று எல்லா இடத்திலும் விக்கி வரத் தவறவே இல்லை. கூடி இருந்து பியர் குடித்துக் குளிரக் குளிரப் பேசக் கிடைத்த நல்ல சிநேகிதியானாள் அவள்.

பிலிம் ஹவுஸ் தியேட்டரில் கலைப்படம். அங்கே இங்கிலீஷ் படம் என்றாலும் சப் டைட்டில் இருந்தால்தான் போடுவார்கள். கலைப்படத்துக்கு அவங்க இலக்கணம் அது. இன்றைக்கு பெட்ரோ ஆல்மடவார் எடுத்த புத்தம் புது ஸ்பானிஷ் படம். பெயர் வால்வர். காத்திருப்பு என்று பொருளாம். என் கனவுக் கன்னி பெனலோப் க்ரூஸ் கதாநாயகி. ஆல்மடவார் கலைப்படம் மட்டும்தான் எடுப்பார். அதுவும் பெண்களை மையமாக வைத்து. அவருக்குப் பிடித்த சிவப்பு நிறத்தில் இறுக்கமான உடுப்பு அணிந்து கதாநாயகியாக பெனலோப் க்ரூஸ். கொஞ்சம் வயதானாலும் அழகு குறையாத தேவதையாக படம் பூரா வியாபிக்கிறாள். உதட்டழகி, கண்ணழகி, மூக்கழகி, இதர வர்த்தமானங்களோடு நீண்ட கழுத்தழகியும் கூட.

படம் முடிந்து எடின்பரோ திரைப்பட சங்க உறுப்பினர்கள் ஆல்மடவாரின் கலை நேர்த்தியை அணு அணுவாக ரசிக்கிறார்கள். பெனலோப்பின் அம்மா ஆவி ரூபமாக வீட்டுக்குள் வருவது, பெனலோப் கணவனைக் கொலைசெய்வது இப்படி ஷாட் பை ஷாட்டாக விவாதிக்கப்படுகின்றன. என் முறை வந்ததும் எனக்குப் பிடித்த முதல் சீன் கல்லறைக் காட்சியை விவரிக்க வாயைத் திறக்கிறேன்.

‘இவனுக்கு ரொம்பப் பிடிச்சது, பெனலோப் க்ரூஸ் பாத்ரூம் க்ளோசட்டிலே ஒண்ணுக்குப் போறதுக்காக அடி வஸ்திரத்தை முழங்காலுக்குக் கீழே தழைச்சுக்கிட்டு உக்கார்றதுதான்”. என் பின்னால் இருந்து குரல். விக்கிதான்.

என்னையும் விக்கியையும் அறிந்த நண்பர்கள் சிரிக்கிறார்கள். என்னைக் கரடிப் பிடியாகக் கட்டிக்கொண்ட விக்கியை

முறைத்துவிட்டு நானும் சிரிக்கிறேன். நிஜம்தான். டாய்லெட் காட்சியிலும் பெனலோப் அழகாகத்தான் இருந்தாள். அற்ப சங்கை தீர்க்க உட்கார்ந்து நீர் பிரியும் பெண்ணை அதிரூப சுந்தரி என்று வர்ணிக்க எதுக்கு சங்கடப்பட வேணும்? அழகுக்கு நேரம் காலம் எல்லாம் ஏது?

அதற்கு அடுத்த வாரம் விக்கி பிறந்தநாள் பரிசு கொடுத்தாள் - அவளுடைய பிறந்த நாளுக்காக எனக்குப் பரிசு. பெட்ரோ ஆல்மடவாரின் எல்லா திரைப்படங்களின் சி.டியும் அடங்கிய அழகான தொகுப்பு அது. வால்வர் தவிர.

பச்சடித்தல்

ஈழத்து எழுத்தாளர் எழுதிய ஒரு சிறுகதையில் 'அவள் பானையைத் திறந்து பார்த்துவிட்டு பொச்சடித்தாள்' என்ற வாக்கியத்தைக் கண்டு கொஞ்சம், சரி, துணுக்குற்றேன். இதில் முதன்மையாக வரும் மூன்றெழுத்து சொல் எங்கள் செம்மண் பூமியில் இடுப்புக்குக் கீழே இருக்கப்பட்ட ஒரு உடல் உறுப்பைக் குறிக்க வழங்கப்படுவது. வசவு உதிர்க்கும்போது சரளமாக வாயில் வந்து போகும்.

ஈழத்து எழுத்தாளர் நல்ல கதை சொல்வதற்கு நடுவிலே ஏன் கெட்ட வார்த்தைக்குத் தாவினார் என்று தெரியாமல் ஈ-மெயிலில் இலங்கையரை விளிக்கக் கிடைத்த விளக்கம் - பொச்சடித்தாள் என்றால் இலங்கைத் தமிழில் உச்சுக் கொட்டினாள் என்று அர்த்தம்.

ப்ச, இவ்வளவுதானா?

சரஸ்வதி பூஜையும் ஒரு காலும்

சரஸ்வதி பூஜை. தி.ஜானகிராமன்தான் உடனடியாக ஞாபகம் வருகிறார்.

சரஸ்வதி பூஜையன்று எதையும் படிக்கக் கூடாது என்று சாத்திரம். ஆனால் அன்றைக்குத் தான் எதையாவது படிக்க மனம் அலைபாய்கிறது. பல்பொடி மடித்து வந்த காகிதமாக இருந்தால்கூட சரிதான்.

ஜானகிராமனின் அச்சு அசல் வார்த்தைகளில் இதைப் படிக்க அம்மா வந்தாளைத் தேடணும். இன்றைக்கு முடியாது. என் வலக் கால் நான் சொல்வதைக் கேட்க மறுத்து வேலை நிறுத்தம் செய்து இன்றோடு வெற்றிகரமான ஆறாவது நாள்.

போன வாரம் ஒரு ராத்திரி கொல்கத்தாவிலிருந்து வந்து சேர்ந்து விமானம் இறங்கும்போது ஏணிப்படியில் கடைசிப் படியைப் பார்க்காமல் அவசரமாக இறங்கி, சரிந்து விழுந்தேன். கால், காலே அரைக்கால் ஆகி விட்டது.

கையில் பிடித்திருந்த கே.சி.டே மிட்டாய்க் கடை மிஷ்ட்டி தொய் (இனிப்புத் தயிர்), ரசகுல்லா மற்றும் தோளில் மாட்டிய பொணம் கனத்துக்குப் பத்து கிராம் குறைச்சலான டெல் லாப்டாப் சமாசாரங்களுக்கு எந்த சேதமும் இல்லை.

இனிப்பில் சரிபாதியை மந்தவெளியில் சாக்லெட் கிருஷ்ணர் வீட்டில் சேர்த்தபோது, காரில் இருந்து கீழே இறங்கக்கூட முடியாமல் கால் ஸ்வீட் பூரி போல வீங்கியிருந்தது. தயிர் சாதத்தோடுகூட இனிப்பை பிசைந்து சாப்பிடும் அந்த இனிப்புப் பிரியருக்கான பங்கைச் செலுத்தியாகி விட்ட நிம்மதியில் என் வீட்டில் அதே ரக உறுப்பினர்களுக்கு மிச்சத்தை டெலிவரி செய்யப் பயணம் தொடர்கிறது. கலோரி பயம் இல்லாதவர்கள். மெட்டபாலிஸம் இயற்கையாகவே அதிகமான அதிர்ஷ்டக்காரர்கள். கோதுமை ரவை உப்புமா, தண்ணீர், மொட்டைத் தண்ணி மோர், சவசவ சுண்டல், இன்னும் கொஞ்சம் தண்ணி, பூங்காவில் பிரதட்சிணமாக இருபது சுற்று (ஆறு மைல்), வயிற்று எக்சர்சைஸ், சனிக்கிழமை டி-டாக்ஸ் உபவாசம் இத்யாதி இத்யாதி எல்லாம் எனக்குத்தான். எனக்கு மட்டும்தான்.

வீட்டில் லிப்டைப் புறக்கணிக்கிறேன். ஆர்க்காடு வீராசாமி சார் தயவில் எப்போது வேணுமானாலும் மின்சாரம் போய் அந்தரத்தில் இசகு பிசகாக மாட்டிக்கொள்ளவேண்டிவரும். பல வருடம் முன் ஒரு தடவை மாட்டிக்கொண்டு ‘அலுவலகம் போகும் கடவுள்’ சிறுகதை எழுதியாகிவிட்டது. பிராணன் போகிற வலியோடு அதற்கு ரெண்டாம் பாகம் எழுத முடியாது.

நின்று நின்று மாடிப்படி ஏறுகிறேன். குஷ்பு காலி செய்துவிட்டுப் போன முதல் மாடி வழக்கமான பரபரப்பு ஓய்ந்து காலியாக இருக்கிறது. எதிரே கார்த்திக் ராஜா ப்ளாட் வாசலில் காலணி மாநாடு. உள்ளே கம்போசிங் நடக்கிறதுக்கான அடையாளம். ஒரு சத்தமும் வெளியே கேட்கவில்லை. அமைதியும் அடக்கமுமான திறமைசாலி அந்த இளைஞர்.

இரண்டாம் மாடி வந்தாகிவிட்டது. வீடு.

ராத்திரி தரையில் டர்க்கி டவல் விரித்துப் படுத்து, டிவியில் ‘சபாபதி’ பார்த்தபடி அசதியான தூக்கத்துக்குள் நழுவுகிறேன். வழக்கம்போல் பறக்கும் கனவு. கனவிலும் கால் வலிக்கிறது. பறந்து பறந்து 40, ரெட்டைத் தெரு வீட்டு வாசலில் மார்கழி மாதக் கோலத்துக்கு நடுவே இறங்குகிறேன். கோலத்தின் நடுவில் பரங்கிப் பூவில் கண் படிந்து திறக்க மறுத்து மென்மையாக உறுத்துகிறது. அது டர்க்கி டவல் பக்கத்தில் வைத்த மொபைல் தொலைபேசி. எழுந்திருக்கணும்.

முடியவில்லை.

கால் ஒத்துழைக்க மாட்டேன் என்கிறது. கால் மட்டுமில்லை. உடல் மொத்தமும்.

எழுந்திருக்க வேணும். எப்படி?

நடக்கணும். அதுக்கென்ன அவசரம்?

முதலில் எழுந்து.

வாசல் தெளிக்கற நேரம். எழுந்து பாடத்தைப் படிச்சுட்டுப் பள்ளிக்கூடத்துக்குக் கிளம்பணம்னு கிடையாது. தூங்கிண்டே இரு. மார்க் வாங்கினா மட்டும் போறாது.

அம்மா எங்கே வந்தாள்? இப்போது என்ன மணி? விடிந்தாகி விட்டதா? கடியாரம் ராத்திரி ஒண்ணரை என்று சொல்கிறது. அம்மா இல்லை. இருபது வருடமாக இல்லை. கடியாரம் கண் முன்னால் மேஜையில் உட்கார்ந்திருக்கிறது.

கெட் அப். அப், ஐ சே. எழுந்திருடா. கெட் அப் யுவர் ரெச்சட் ஆஸ். யூ ப்ளோக். அப். கெட் அப்.

எழுந்திருப்பது எப்படி என்று எத்தனையோ வருடம் முன்பாக மூளையில் பதிந்திருந்த ந்யூரான்கள் ஒரே ராத்திரியில் அதை டெலிட் செய்து சாணச் சுருணையால் அழுத்தத் துடைத்து வெறிச்சென்று வைத்துவிட்டிருக்கலாம் - பயம் எட்டிப் பார்க்கிறது.

எழவும் நடக்கவும் இயலாமல் தவழ்கிறேன்.

ஐம்பத்தைந்து வயசுக்காரன் தவழ்கிற அபத்தத்தைப் பார்த்தபடி, அணைக்க மறந்த டிவியில் கறுப்பு வெளுப்பில் பூங்கொடி மாதிரியான கே.ஆர்.விஜயா. ‘நிலவே என்னிடம் மயங்காதே’ என்று பாடியபடி பைஜாமா ஜிப்பாவோடு மண்ணு மாதிரி நிற்கும் ஜெமினி கணேசன் பக்கம், உடலில் சாமுத்ரிகா லட்சணப்படியான த்ரிபங்க வளைவுகள் நேர்த்தியாக அமைந்த கே.ஆர்.விஜயா, இரண்டு கையும் துளிக்கூட அசையாமல் உடம்போடு கொடி மாதிரி ஒட்டிப் படர்ந்திருக்க ஒயிலாக நடந்து வருகிறார். வெள்ளைப் புடவைக்கு வெளியே நளினமாக அடியெடுத்து வைக்கிற அழகான பாதங்கள். ஜெமினி நகர்ந்து வேறு பக்கம் போகிறார். ஆனாலும் நடக்கிறார். என்னைப் போல் தவழவில்லை.

'அஷ்வின், அஷ்வின்'. என் குரல் எனக்கே அந்நியமாக, பயம் வெளியே தெரியக்கூடாது, சத்தம் கூட்டி ஒலிக்கக் கூடாது என்ற அவசரமான சுய கட்டுப்பாடுகளோடு என் மகனைக் கூப்பிடுகிறேன். பதில் இல்லை.

அஷ்வின் மாநிலக் குழுவுக்காக விளையாட நாலு நாள் முன் தான் பட்டியாலா போனதை எப்படி மறந்தேன்?

தவழ்ந்தபடி சோபா, நாற்காலி பக்கம் நகர்கிறேன். டிவியில் ஆலயமணி சிவாஜி ஊன்றுகால்களோடு 'சட்டி சுட்டதடா' என்று கையை விரிக்கிறார். உமக்காவது ஊன்றுகோல் இருக்கே. எனக்கு?

வீடு முழுக்க அங்கங்கே கிரிக்கெட் *kit Bag* உண்டு. எத்தனை குழுக்களுக்காக அஷ்வின் ஆடுகிறானோ அத்தனை. அதில் ஒன்று கூடவா ஹாலில் இல்லை? சட்டென்று ஒன்று கையில் தட்டுப்படுகிறது. அவசரமாகத் திறக்க, *thigh guard, abdomen guard*, கோக்காபுரா பந்து, ரிஸ்ட் பேண்ட், துவைக்க வேண்டிய யூனிபார்ம், பெய்ல் கட்டைகள், அழுக்கான சாக்ஸ் குழப்பங்களுக்கு இடையே ஒரு கிரிக்கெட் மட்டை. அதை உருவி வெளியே எடுக்கிறேன்.

மொசைக் தரையில் வழுக்காமல் கிரிக்கெட் மட்டையைத் தரையில் ஊன்றுகிறேன். அதன் பலத்தில் எழவும் எழுந்து நிற்கவும் முடிகிறது. மெல்ல நடக்கவும்கூட.

மட்டை வைத்து விளாசி விளையாடி சிக்சர்கள், புதுசாக நைனர்கள் எடுக்கிறவர்கள் எடுக்கட்டும். எனக்கு அது சென்டிமீட்டர் சென்டிமீட்டராக ஊர்ந்து நடக்க ஒரு துணை. அவ்வளவுதான்.

காலையில் மருத்துவமனை. டெண்டான்கள் கொஞ்சம் பிசகியிருப்பதால் இன்னும் ஒரு வாரம் போல் ஊர்ந்தபடி வலம் வரச் சொல்கிறார் டாக்டர். அப்புறம் வெந்நீர் சிகிச்சை. உப்புப் போட்ட வெந்நீரில் காலை அமிழ்த்தி வைத்திருக்க வேணும்.

அப்படியே ஆபீஸ் போகிறேன். காலையில் சிக்கனமாக வாக்கிங் கூட. நடேசன் பூங்காவில் யோகாச்சார்யார் டி.கே.ராமகிருஷ்ணன் 'ரொம்ப ஸ்ட்ரெயின் பண்ணிக்கறது தப்பு' என்று அறிவுரைக்கிறார். எண்பது வயது இளைஞர். வழக்கம் போல் 'நீங்க பாடலாசிரியர் வாலிதானே' சார் என்று அவரை யாரும் இன்று விசாரிக்காதது அதிசயம்.

இன்றைக்கு விடிந்ததும் ஆவி பறக்க சூப் போடும் பதத்தில் வென்னீரோடு வந்து மனைவி வலுக்கட்டாயமாக என் காலை அதில் அமிழ்த்துகிறாள். மிஷ்டிதொய் சாப்பிட்டு வந்த வலு. என் அலறல் அவள் காதில் விழாமல் டிவியில் வேளுக்குடி கிருஷ்ணன் அர்ஜுன விஷாத யோகம் சொல்லிக்கொண்டிருக்கிறார்.

கால் வலிச்சால் என்ன செய்யணும் கிருஷ்ணா?

பிரம்மஹத்தி. ஒரு படிக்கட்டு இறங்க துப்பு இல்லே. அஞ்சரைக் கழுதை வயசாயிடுச்சு. என்னைப் பாரு. தாவிய சேவடி சேப்பத் தம்பியொடும் கான் போந்து.

இந்த வென்னீரில் இன்னும் பத்து நிமிஷம் கால் இருந்தால் எனக்கும் சேவடி சேப்பக் கொப்பளிச்சுடும்.

உளறாதேங்கோ. கையைக் காலை வச்சுட்டு சும்மா ஆபீஸ் போய்ட்டு வராம, கொல்கத்தா போகலேன்னு யார் அழுதா?

போகலேன்னா மிஷ்டி தொய் எங்கேயிருந்து வரும் என் அன்பே?

இன்னிக்கு எங்கேயும் சுத்தக் கிளம்பிட வேண்டாம். ஏற்கெனவே ப்ளைட் இறங்கத் தெரியாமல் காலைச் சுளுக்கிண்டு வந்து சேர்ந்திருக்கீங்க. எனக்கு ஆபீஸ் லீவு. நான் ஒரு துரும்பையும் நகரத்தப் போறதில்லை. உங்களுக்கும் லீவுதானே? சும்மா விவித்பாரதி கேட்டுட்டு இருங்க. இல்லே லாப்டாப்பை மடியிலே வச்சுக் கொஞ்சிண்டு கிடங்க. சரஸ்வதி பூஜை. அதையும் இதையும் படிக்கறதை எல்லாம் சாவகாசமாக நாளைக்கு வச்சுக்கலாம்.

சரி, சாப்பாடு?

அதது தானே வந்துடும். உங்களுக்கு என்ன கவலை?

இன்றைக்கு எழுத வேண்டும். படிக்காவிட்டாலும் எழுத நிறைய இருக்கிறது.

மர்மயோகி ஒரு சுவாரசியமான கதையைக் கோடு போட்டுக் காட்டி, வாரக் கடைசியில் நிறைய விவாதித்து, மின்னஞ்சலில் ஸ்னாப்ஷாட் அனுப்பி வைத்து, தொடரச் சொல்லி அன்புக் கட்டளை இட்டிருக்கிறார். சீக்கிரம் முடித்தாக வேண்டும். எவ்வளவு சீக்கிரம் முடியுமோ அவ்வளவு சீக்கிரம்.

மூன்று விரல் 2009 நாவல் தொடர்ச்சியை டிஜிட்டல் காண்டூன்

முடித்து ஓர் இடைவெளி விட்டு ஆரம்பிக்க வேண்டும். *The subject is all the more relevant now.* இப்போதே எழுதத் தொடங்கினால் சீக்கிரம் தொடராக வெளிவரச் சரியாக இருக்கும்.

விஸ்வரூபம் இன்னும் இரண்டு அத்தியாயமாவது ராத்திரிக்குள் எழுதியே ஆக வேண்டும். முழு உழைப்பையும் சட்டமாகக் கேட்டு வாங்குகிற படைப்பு அது. குங்குமம் பத்தி ரிலாக்ஸ்ட் ஆக ஒரு அரைமணி நேரம் கிடைத்தால் எழுதிவிடலாம்.

சாயந்திரம் க்ரேஸி க்ரியேஷன்சின் முக்கிய நடிகராக விளங்கிய வெங்கட் நல நிதிக்காக சாக்லெட் க்ருஷ்ணா. மாது பாலாஜி டிக்கெட் எடுத்து வைத்திருக்கிறார். மோகனுக்காக, பாலாஜிக்காக, கோபிக்காக, முக்கியமாக வெங்கட்டுக்காகப் போகவேண்டும். மணிரத்தினத்துக்கு அபிமான நடிகரான 'நெட்டை' வெங்கட் சினிமாவில் அசத்தலாக ஒரு ரவுண்ட் வருவார் என்ற எதிர்பார்ப்புகள் பொய்யாக இப்படி படுத்த படுக்கையாகக் கிடப்பது கொடுமை. அவருடைய ரீனல் பெய்லியர் சீக்கிரம் சக்சஸ்புல் ஆக குணமாகட்டும். என் காலும்தான்.

செம்மண் பூமியின் சமீபத்து சரித்திரம்

தகவல் பழசாக ஆக ஆக, ஏகத்துக்குத் தண்ணி விளம்பிக் கதை விட சாத்தியக் கூறுகள் நிறைய. தலபுராணம், மதாச்சாரியார் சரித்திரம் என்றால் கேட்கவே வேணாம். டிவியில் மிட்நைட் மசாலாக்கள் அரங்கேறிய பிறகு அலம்பி விடுகிறதுபோல் வெங்கடேசப் பெருமாளுக்கு பட்டாச்சாரியார் குளித்து விடுவதைக் காட்டித் தொடர்ந்து கனிவான பார்வையோடு பிரசங்கம் செய்கிற பெரிய, சின்ன வயசு மகான்கள் உதிர்க்கிற தகவல் எல்லாம் ஆபீஸ் போகிற அவசரத்திலும் கர்ம சிரத்தையாகக் கேட்கப்படும். ஆபீஸ் லஞ்ச் ஹவர் அரட்டையில் சந்தர்ப்ப சூழ்நிலைக்குத் தகுந்தபடி எடுத்துச் சொல்லப்படும். இதெல்லாம் அச்சுப் போட்டு வந்தால் நம்பகத்தன்மை இன்னும் அதிகரித்துவிடும்.

ஒரு மதத் தலைவர் காட்டில் தவம் செய்யும்போது பாம்பு உருவெடுத்து வந்து தொல்லை கொடுத்த பிரம்ம ராட்சசனை வதம் செய்தார் என்று கிட்டத்தட்ட பத்து புத்தகத்தில் தமிழிலும் இங்கிலீஷிலும் படித்தாச்சு. அவர் பதிமூணாம் நூற்றாண்டில் வாழ்ந்த மகான். அப்போ பிரம்ம ராட்சசன் எங்கே இருந்தான்? அது கில்ஜி வம்சம் தில்லியில் ஆண்டிருந்த காலமாச்சே. மாலிக் காபூர் மதுரை மேல் படையெடுத்து பாண்டிய வம்சத்தின் கடைக் கொழுந்தான வீரபாண்டியனைத் தோற்கடித்த நேரம் இல்லையா அது? அப்போது இருந்த முதல் முகலாயச் சக்ரவர்த்தினி ரசியா

சுல்தானா பற்றி வரலாற்று ஆசிரியர்கள் சொல்வதை ரசியாமல் இருக்க முடியாது. ஆனால் பிரம்ம ராட்சசன் அந்தக் காலத்தில் இருந்ததாகத் தெரியவில்லை.

உண்மையையும் புனைவையும் வேறுபடுத்தி வேண்டியதை மட்டும் எடுத்துக்கொள்ள நிறையப் பொறுமையும், எதுக்கெடுத்தாலும் சந்தேகப்படும் தன்மையும் ரொம்ப ஒத்தாசை செய்யும். நான் தலபுராண ஆராய்ச்சியைச் சொல்லவில்லை, எங்க சிவகங்கைச் சீமையின் வரலாற்றைப் பற்றிக் கதைத்துக் கொண்டிருக்கேன்.

இத்தனைக்கும் சிவகங்கைக்கு கிட்டத்தட்ட முன்னூறு வருட சரித்திரமே உண்டு. சிவகங்கைச் சீமை இராமநாதபுரம் ஜமீனிலிருந்து ஐந்தில் ரெண்டு பங்காக சௌமிய ஆண்டு தை மாதம் 13-ஆம் தேதி (27.1.1730) பிறப்பெடுத்தது என்பது ஆவண வழியாக உறுதிப் படுத்தப்படும் செய்தி. முதல் அரசர் சசிவர்ணத் தேவர் 1750 வரை ஆண்டதும், அவருக்கு அப்புறம் அவர் மகன் பெரிய உடையத் தேவர் என்ற முத்துவடுகநாதர் ஆட்சிக்கு வந்ததும் அதேபடி நம்பகத் தகவல். முத்துவடுகரை தளபதி பான் ஜோர் தலைமையில் கும்பினிப் படைகள் 1772 காளையார் கோவில் போரில் கொன்று விட்டு வெற்றி பெற, முத்துவடுகர் மனைவி வேலு நாச்சியார் மைசூர் மன்னர் ஹைதர் அலியின் ஆளுகைக்குட்பட்ட திண்டுக்கல் விருப்பாட்சியில் கிட்டத்தட்ட எட்டு வருடம் தங்கி இருந்ததும் மேற்படி ரகமே.

முத்துவடுகருக்கும் ராணி வேலு நாச்சிக்கும் மெய்க்காப்பாளர்களாக அரண்மனை உத்தியோகத்தில் சேர்ந்த பெரிய மருதுவும் சின்ன மருதுவும் இதற்கு இடைப்பட்ட காலத்தில் தங்கள் வீரதீரப் பிரதாபங்களால் படைத் தலைமை, பிரதானி பதவிகளுக்கு உயர்ந்ததில் இருந்து தகவல் பெருக்கம் ஆரம்பிக்கிறது. என்ன மாதிரி தகவலூட்டு என்று புரிய சிவகங்கையின் இனக்குழுப் பின்புலத்தைத் தெரிந்து கொள்வது அவசியம். இனக்குழுகூட இல்லை. இன உபகுழுக்கள்.

சசிவர்ணத் தேவர், முத்துவடுகர் ஆகியோர் ஓர் உபகுழு. மருது பாண்டியர்கள் இன்னோர் உபகுழு. சிவகங்கை வரலாற்றில் லேட் என்ட்ரி கொடுத்து பின்னால் இருந்து செயல்பட்ட புதுக்கோட்டை தொண்டைமான் மூன்றாம் உபகுழு.

வேலுநாச்சி முதல் அணிக்கும், மருது பாண்டியர்கள் ரெண்டாம் அணிக்குமான காவியத் தலைவர்கள். புதுக்கோட்டை தொண்டைமான் வெளிப்படையாகக் கும்பினியார் பக்கம் சாய்ந்து மற்ற பாளையக்காரர்கள், சிற்றரசர்களுக்கு எதிராகச் செயல்பட்டதாலோ என்னமோ அவரைப் பற்றி அடக்கி வாசித்து, அவருக்கு உறவுக்காரரும் பட்டமங்கலம் சிற்றரசருமான வைத்திலிங்கத் தொண்டைமான் மூன்றாம் அணிக்குக் காவிய நாயகன்.

1780-ல் ஹைதர் அலி உதவியோடு கும்பினியாரிடம் இருந்து சிவகங்கையைத் திரும்பக் கைப்பற்றி 1789-வரை வேலு நாச்சியார் சீரும் சிறப்புமாக ஆண்டார். அவருக்கு மருது சகோதரர்கள் பிரதானிகளாக இருந்து அவர் கட்டளையை ஏற்று நல்லாட்சி செழிக்க உதவினார்கள். 1799-ல் சின்ன மருது பேராசை காரணமாக வேலு நாச்சியாரிடம் இருந்து ஆட்சியைப் பிடுங்கி ஒரு டம்மி அரசரை உருவாக்கி அவரை ஆட்டுவித்து மருது சகோதரர்கள் சிவகங்கையில் சர்வாதிகாரம் செய்தார்கள் - இது நாச்சியார் அணியின் தகவலூட்டு. மருது சகோதரர்கள் ஒரு அல்பமான பிரச்னையைப் பெரிது பண்ணி, புதுக்கோட்டை தொண்டைமானோடு குத்துவேன் வெட்டுவேன் என்று போர் புரியப் போனார்கள் என்பது மூன்றாம் அணிக்கு ஆதரவாக இவர்கள் அளிக்கும் உபரித் தகவல்.

1780-ல் வேலு நாச்சியார் ஆட்சிக்கு வந்ததென்னமோ மெய்தான். அப்போது அவர் பெரிய மருதுவை மறுமணம் செய்துகொண்டார். ஆகவே மருதிருவர் சிவகங்கை மன்னர்களானார்கள். ஆனால், 1799-ல் கருத்து வேறுபாடு ஏற்பட்டது. வேலு நாச்சியார் ரகசியமாக கும்பினியாரோடும் ஆற்காடு நவாபோடும் ஒப்பந்தம் செய்து கொண்டு மருது பாண்டியர்களை விரட்டிவிட்டு ஆட்சியை நயவஞ்சகமாகத் தக்கவைத்துக்கொண்டார். மருதுக்கள் பிறகு அவரை அப்புறப்படுத்திவிட்டு அவருடைய மருமகனை அரசனாக்கினார்கள். அவர் டம்மி எல்லாம் இல்லை. அந்த அரசருக்குத் துணையாகக் காளையார்கோவிலில் கும்பினிப் படைகளை எதிர்த்துப் போரிட்டார்கள். வீரமரணமும் அடைந்தார்கள் அந்த விடுதலை வீரர்கள் இது மருது சகோதரர்கள் இன உபகுழு எழுதும், சொல்லும் வரலாறு.

வைத்தியலிங்கத் தொண்டைமான் வேலு நாச்சியாருக்கு சகல விதத்திலும் உதவி செய்து மருது பாண்டியர்களின் ஆதிக்கத்தை முறியடிக்கவும் நாச்சியாருடைய ஆட்சி தொடரவும் பாடுபட்டார். கும்பினியோடு ரகசிய உடன்பாடு செய்து கொண்ட மருது சகோதரர்கள் நாச்சியாரை அகற்றிவிட்டு ஆண்டு வந்தபோது, ராணி தனக்கு வாரிசாகப் பிரகடனம் செய்திருந்த கௌரி வல்லபத் தேவரைச் சிறையில் அடைத்துக் கொல்லத் திட்டமிட்டனர். தொண்டைமான்தான் அவரைக் காப்பாற்றினார். கும்பினியாருக்கு கப்பம் கட்டுகிற பணப் பிரச்னை காரணமாக மருது சகோதரர்கள் வெள்ளையருக்கு எதிராகச் செயல்பட்டு அவர்களால் கொல்லப்பட்டு இறந்து போனார்கள் - தொண்டைமான் அணி தரும் வரலாறு இது.

இதில் எது உண்மை, எது வரை உண்மை?

பாரத நாடு நம் நாடு, பிரிட்டீஷ்காரர்கள் இந்தப் பரந்த நாட்டைத் தந்திரமாக கைவசப்படுத்தி ஆள்கிறவர்கள். அவர்களிடம் இருந்து போராடி நாட்டு விடுதலை பெற வேண்டும். இப்படியான 'தேச பக்தி' எல்லாம் இருபதாம் நூற்றாண்டில்தான் தென்னிந்தியாவில் தோன்றிய சிந்தனை. அதற்கு முன்னால் நாடு என்றால் நூறு சதுர மைல் பரப்பளவில் இருக்கிற ஒரு சின்ன நகரம், சுற்றி பத்து இருபது கிராமம் இவைதான். சிவகங்கை நாடும் புதுக்கோட்டை நாடும் இப்படியானவை.

கும்பினி என்று இல்லை, பக்கத்து ஊர் நாட்டாமையோடு (அண்டை நாட்டு அரசன்) கூட உப்புப் பெறாத விஷயத்துக்காக போர் நடந்தது சகஜம். நூறு பேர் கைகலப்பு எல்லாம் போர், யுத்தம் ஆனது பிற்கால வரலாறுகளுக்குப் பொது.

நிலைமை தமக்குச் சாதகமாக இருந்தபோது எல்லோரும் வெள்ளைக்காரனுக்குக் கைகொடுத்திருக்கிறார்கள். வரி வசூல் நடத்தி பேஷ்குஷ் என்ற பாரசீகப் பெயரில் மாசம் தவறாமல் ஒப்படைத்து ராஜ விசுவாசமாக இருந்திருக்கிறார்கள். ஏதாவது ஒரு சந்தர்ப்பத்தில் காசு விஷயமாகத் தர்க்கம் ஏற்பட, அல்லது வெள்ளைக்காரன் பிரித்தாளும் சூழ்ச்சியால் நெருக்கடி உண்டாகும்போது சிங்கமெனச் சீறி வெள்ளையனே வெளியேறு என்று முழங்கி உயிரையும் விட்டிருக்கிறார்கள்.

பத்தொன்பதாம் நூற்றாண்டில் இருந்து எல்லா வரலாற்று இழைகளும் சிக்கும் சிடுக்குமாகிப் போகின்றன. பிரிட்டீஷ் சாம்ராஜ்யத்தின் பகுதி சிவகங்கை என்பதை எல்லோரும் கேள்வி கேட்காமல் ஏற்றுக்கொள்கிறார்கள். அரச பதவிகூட ரெண்டாம் பட்சம். ஜமீந்தார் என்று பட்டம் கொடுத்தாலே போதுமானது. ஊரில் சக்கரவர்த்தி என்று கூப்பிடச் சொல்லிவிடலாம். ஆனால் நிர்வாகம் செய்யும் உரிமை இருக்கே, அது முக்கியம்.

உரிமையை நிலைநாட்ட சிவகங்கை தெப்பக்குளக் கரையில் கூடிப் பேசி முடிவு செய்யாமல் லண்டன் தேம்ஸ் நதி தீர கோர்ட்டுகளில் வக்கீல் வைத்து வாதாடி இருக்கிறார்கள் (இது ஒரு குழுவின் வரலாற்றாசிரியர் வாக்கு). மானியத்துக்காக மேன்மை மிகுந்த மூணாம் ஜார்ஜ், நாலாம் ஜார்ஜ், நாலாம் வில்லியம், விக்டோரியா மகாராணி என்று தொடர்ந்து பரம்பரை பரம்பரையாக மனுப்போட்டிருக்கிறார்கள்.

வீரம், தாராள மனப்பான்மை, காதல், காமம், நேர்மை, போட்டி, சாந்தம், பொறாமை, புத்திசாலித்தனம், நயவஞ்சகம், யோசித்துச் செயல்படுதல், உணர்ச்சிவசப் படுவது, பெருந்தன்மை, சந்தர்ப்பவாதம் இப்படி மரபணுவில் சகலமானதும் கலந்த சாதாரண மனிதர்களே இங்கே எல்லோரும், முன்னோரும்.

இதை நினைக்காமல் அணிகளின் கூச்சலும் சண்டையும் எதற்குத் தொடர வேணும்? நஷ்டம் யாருக்கு? வரலாற்று சின்னங்கள் வேற்று அணிக்குச் சாதகமானவை என்பதால் அவை பராமரிப்பின்றி சிதைந்துபோயின. வரலாற்று ஆவணங்களுக்கும் அதே நிலைமை. மருதுபாண்டியர் கட்டி வைத்த திருஞான முருகன் கோவில் இதற்கு ஒரு சான்று. மாற்று அணி வட்டாரத்தில் இருந்ததால் ஏற்பட்ட சோகமான நிகழ்வு. இப்போது நிலைமை சீராகி இந்தக் கோவில் புதுப்பிக்கப்படுவதாகத் தகவல். இதில் இனக்குழு மனப்பான்மை எதுவும் இல்லை என்பதால் நம்பி வரவேற்கிறேன். சிவகங்கை வரலாறும் அப்படியே புதுப்பிக்கப்படட்டும். கொண்டாட வேண்டியதைக் கொண்டாடுவோம் முதலில்.

கும்பகோணம்

கும்பகோணம் என்று எங்கேயாவது கேட்டால் எனக்கு வென்னீர் பக்கெட்தான் உடனடியாக நினைவு வரும். அதென்னமோ, வேறே நாட்டுக்கு, ஊருக்குப் பயணம் போகும்போது எல்லாம் சாவதானமாகத் திட்டம் போடுவேன். ராமராஜ் ஜட்டி தொடங்கி பல் துலக்கும் பிரஷ் ஈறாக எடுத்துப் போக வேண்டியவற்றின் பட்டியல் தயாரிக்கப்படும். சேர்த்து வைத்திருந்த அந்தப் பட்டியல்களை இப்போது பார்க்கும்போது ஒன்று சட்டென்று புரிகிறது. பத்து வருடம் முன்னால் பாங்காங் போக எடுத்துப் போனதைவிட சமீபத்திய பயணங்களுக்காக மூட்டை கட்டியது ஆகக் குறைவு. வயது தேவைகளைக் குறைக்காவிட்டாலும், இல்லாமல் சமாளிக்கக் கற்றுத்தருகிறது. இலக்கியப் பட்டியல்களுக்கு இது பொருந்தாது.

கும்பகோணம் போவது என்பது எப்போதுமே பட்டியல் போட லாப்டாப்பில் எக்சல் ஷீட்டை திறக்க சந்தர்ப்பம் கொடுக்காமல் திடுதிப்பென்று நிகழ்வது. இன்னும் ஒரு மணி நேரத்திலே கிளம்பு என்று நாவல் அத்தியாயத்தில் பாதி எழுதும்போது கையைப் பிடித்து நிறுத்தி அரை நிஜாரில் இருந்து ஜீன்ஸ் டீஷர்ட்டுக்கு மாற வைப்பது. அசமஞ்சமாக இருக்காமல் ஆக்‌ஷன் 500 சாப்பிட்ட உத்வேகத்தோடு இயங்க வைப்பது. ஒரு பத்து வருடம் முன்னால் இப்படிப் போனதைப் பற்றி, 'ஒரு பயணம் ஒரு ராத்திரி ஒரு மணி நேரம் - நாலு கோவில்' என்று எழுதினேன். பொழுது போகாதபோது, ராத்தூக்கம் வராத நேரத்தில் சாவதானமாக அதை *http://www.eramurukan.in/tamil/magazines.php?page=4&count=5* என்று இன்டர்நெட்டில் தட்டிப் படித்துக் கொள்ளலாம்.

சென்னையிலிருந்து திருச்சி, அங்கே இருந்து கும்பகோணம் என்று கொஞ்சம் சுற்றி வளைத்து ஒரு பயணம். பாதி தூரம் பஸ், அப்புறம் கார் என்று திட்டம்.

ஞாயிற்றுக்கிழமை நடுப்பகல் நேரத்தில் கோயம்பேடு பஸ் நிலையம் பேய் உலவுகிற பூமி போல் அமானுஷ்யமான நிசப்தத்தோடு இருந்தது.

கோயம்பேடு மனிதர்கள் என்று குறிப்பிடத் தகுந்த ஒரு பத்து இருபது பேர். தகர ஷெட்டில் வெக்கையைப் பூரணமாக உள்ளே வாங்கி தரையெல்லாம் வியர்வை ஒழுக அதில் சரிபாதிப் பேர் படுத்து, ஆழ்ந்த உறக்கத்தில் இருந்தார்கள். சுவர் ஓரமாகப் படுத்திருந்தவர் தூங்கி விழித்து மார்பில் விரித்து வைத்திருந்த சினிக்கூத்து பத்திரிகையை விட்ட இடத்திலிருந்து படிக்க ஆரம்பித்தார். கழிவறை வாடையைப் பொருட்படுத்தாமல் வெளியே ப்ளாஸ்டிக் டிரம் மேல் ஆரோகணித்து, பூப்போட்ட தட்டில் இன்னொருத்தர் சாவகாசமாக பிரியாணி சாப்பிட்டுக் கொண்டிருந்தார். மிச்ச சொச்ச நபர்கள் மினரல் வாட்டரும் பிஸ்கட்டும் விற்கும் கடைகளில் மௌனமாக வியாபாரத்துக்குக் காத்திருந்தார்கள். என் பங்குக்கு நானும் சூழ்நிலைக்குப் பொருத்தமாக, பூச் பாதிரியார் மருது பாண்டியர்கள் பற்றி எழுதிய கையேடு என்று நெருக்கமாக அந்தக் கால ரெமிங்டன் டைப்ரைட்டரில் மங்கலாக அடித்து, அதிமங்கலாக நகல் எடுத்து அனுப்பியிருந்த அவசரப் புத்தகத்தைப் படிக்க ஆரம்பித்தேன்.

கோயம்பேடு விட்டதும் தெரியவில்லை. பாதி தூரம் கடந்ததும் தெரியவில்லை. பூச் பாதிரி பூச்சி காட்டாமல் கச்சிதமாக சரித்திரத்தை எழுதியிருந்தார். அவர் மருது பாண்டியர்களைச் சந்தித்தது பற்றி எங்கேயாவது குறிப்பிடாமல் போவாரா என்று எதிர்பார்ப்போடு தொடர்ந்து படித்து ஏதோ தோன்ற கடைசிப் பக்கத்துக்குத் தாவினேன். பூச் தன் கட்டுரைக்கு ஆதாரமான தகவல்கள் கொண்ட புத்தகங்களின் அட்டவணையை இணைத்திருந்தார். படித்ததும் மகா பெரிய ஆச்சரியம்.

1957-ல் வெளியான நீலகண்ட சாஸ்திரியார் எழுதிய 'தென்னிந்திய வரலாறு இரண்டாம் பதிப்பு', 'திராவிடத்தின் வரலாறு' இப்படி அங்கங்கே அந்தப் பட்டியலில் கண்ணில் பட்ட பெயர்கள் சட்டென்று சொன்ன தகவல் - பாதிரியார் பூச் முன்னூறு

வருஷத்துக்கு முந்தியவர் இல்லை. 1960-ல் இந்தியா வந்தவர்தான்!

'சரித்திர முக்கியத்துவம் வாய்ந்த ஆவணம்', ஐம்பது வருடத்துக்கு முந்தி ஒரு பாதிரியார் ஒழிந்த நேரத்தில் எழுதி வைத்த டயரிக் குறிப்பு என்று புரிந்ததும் புத்தகத்தை மடக்கி வைத்தேன். அந்தி உறங்க திருச்சி வந்து சேர்ந்திருந்தது.

அதென்ன அந்தியுறக்கம்? எப்படிய்யா சாயந்திரத்திலே தூக்கம் வரும்? இதெல்லாம் கேட்கக் கூடாது. அன்னிய மொழியில் நினைத்து தமிழில் எழுதினால் இதான் விளைவு. மலையாளத்தில் அந்தியுறங்கல் என்றால் ராத்தங்கல் என்று தமிழில் அர்த்தம். அங்கே கோலக் குழல் என்றால் வாசலில் கோலம் போட உபயோகிக்கிற குழல் இல்லை. கண்ணன் வாசிக்கும் புல்லாங்குழலைக் கவித்துவமாகச் சொல்வது. 'நான் அயோக்கியன்' என்றால் ஒப்புதல் வாக்குமூலம் இல்லை, 'எனக்குத் தகுதி இல்லை இன்னெலிஜிபிள்' இத்யாதி. இதெல்லாம் எதுக்கு? அந்தியுறக்கத்துக்கு முன்பாரா, பின்பாரா, அவ்வளவே.

விடிகாலை கும்பகோணம் பயணத்துக்கு ஏற்பாடு செய்துவிட்டு அந்தியுறங்க முயற்சி செய்ய வாகாக, திரும்ப பூச் பாதிரியார். என்னமாக் கதை விட்டிருக்கார்!

திருச்சி கும்பகோணம் போக காரில் பெட்ரோல் போடத் தேர்ந்தெடுத்த பங்கில் எழுபது கடந்த நரை மீசைக்காரர் தனியாக அல்லாடிக் கொண்டிருந்தார். பர்மா ஷெல் காலத்து மனிதர். சின்ன சைஸ் நாஸிலில் அன்லீடட் பெட்ரோல் அளந்து விட்டு மைக்ரோசிப் காட்டும் அளவை உத்தேசித்து நிறுத்திப்போட அவர் பட்ட பதற்றத்தைப் பரிதாபமாகக் கவனிக்க வேண்டி வந்தது. உதவி செய்ய முடியாத காரியம். அவர்தான் தொடங்கி, முடித்து, காசு வாங்கிப் போட்டுக்கொள்ளவேண்டும். ஒரு வழியாகப் பத்து நிமிடம் போராடி பெட்ரோல் டாங்க் ஃபுல்.

அடுத்து காற்றுச் சோதனை. அது அவருக்கும் சோதனை நேரம். என்ன அழுத்திப் பிடித்தாலும் முன் வசத்துச் சக்கரத்தில் காற்று ஏறுவேனா என்கிறது. நான் உதவிக்குக் கை நீட்ட, இன்னொரு கை தடுத்தது. பெட்ரோல் பங்கு முதலாளி.

அவர் போடுவார். பொறுமையா இருங்க. சம்பளம் வாங்கறார் இல்லே.

உலகமே ரம்மியமான காலை ஆறரை மணிக்கு நீலச் சீருடை அணிந்து முகமும் உடலும் வியர்வையில் குளிக்க, கை நடுங்க அந்த முதியவர் எங்கள் காருக்கான பிராணவாயு அளிப்பதே தன் வாழ்க்கையில் இறுதி லட்சியம், அது முடிந்தால் உயிரை விட்டுவிடலாம் என்று முடிவெடுத்தவர் போல் மறுபடி மறுபடி அழுத்திப் பிடிக்க, முதலாளி வர்க்கத்தின் முறைப்பை என்னால் தாங்க முடியவில்லை.

உங்க *gauge* காஜ்லே ஏதோ ப்ராப்ளம். சரி பாருங்க சார். பாவம் பெரியவர் பத்து நிமிஷமா கஷ்டப்பட்டும் முடியலே

முதலாளியிடம் சொல்லிவிட்டு, அவர் பார்வையில் பட அந்த சீனியர் சிட்டிசன் சிப்பந்திக்கு பத்து ரூபாய் கொடுத்தபடி காரில் ஏறினேன். போகிற வழியில் வேறே பெட்ரோல் பங்கு இருக்காதா என்ன? அங்கே உடல் தளர்ந்த தொழிலாளிகளும் மனசு கெட்டியான முதலாளிகளும் இருக்க மாட்டார்கள். அல்லது சக்கரத்தில் இருக்கிற காற்று பத்திரமாகக் கும்பகோணம்வரை கொண்டு விட்டுவிடும்.

திருச்சி தஞ்சை மார்க்கமாக கார் விரைந்து கொண்டிருந்தது. காவிரிக்கரைப் பிரதேசம். வரிசையாக மொபைல் போன் அடிக்கிற சத்தம். முதலாவது என்னுடையது. நண்பர் யோகி. செங்கிஸ்கான் பற்றி நுணுக்கமாகப் பேச ஆரம்பிக்கிறார். தொடர்ந்து அடித்த நண்பர் போனில் வீட்டுக்காரம்மா 'கும்பகோணத்திலே பேக்கரி ரொட்டியும் ரஸ்க்கும் வாங்கிட்டு வாங்க'. அடுத்து டிரைவரின் மொபைல். 'சாயந்திரம் வந்துடுவீங்க இல்லே. கோவை ட்ரிப் இருக்கு'.

காவேரிக்கரை கிராமங்களின் சாயல் முழுக்க மாறி அருகிலிருக்கும் நகரத்தின் நீட்சியாகிக் கொண்டிருப்பது தெரிந்தது. உழவர் ஓதை, மதகோதை, உடைநீர் ஓதை, விழவர் ஓதை எதுவும் கேட்கவில்லை. மோட்டார் சைக்கிள்கள், ப்ராய்லர் கோழி அடைத்த மடேடார் வான்கள், ஏசு திருச்சபை என்று போட்ட வெள்ளை மாருதி வேன், அப்புறம் மொபைல் போனில் பேசிக்கொண்டே பஸ்ஸுக்காக நிற்கிற ஆண்கள், பெண்கள். முதுகில் நேப்சாக்கோடு பள்ளி போகிற பிள்ளைகள். துணிப் பைக்கட்டைத் தூக்கிக்கொண்டு ஒரே ஒரு சின்னப் பெண்ணை மட்டும் பார்த்தேன். கவனிப்பதற்குள் அவள் பஸ்ஸில் ஓடிப் போய் ஏறிவிட்டாள்.

தஞ்சையைச் சுற்றி பத்து இருபது கிலோமீட்டர் கிராமங்களில் பயிர்த் தொழில் நிலம் போக மீதி இடத்தில் நகரில் எழும்ப வெற்றுவெளி கிடைக்காத கட்டடங்கள் மெல்ல ஊர்ந்து இடம் பிடித்தபடி உள்ளன. டவுனில் உத்தியோகம் பார்க்கிறவர்கள் ஹவுசிங் லோன் போட்டு கிராமத்தில் (அவர்களுக்கு அது புறநகர்) வீடு கட்டிக் குடிபுகுந்து டப்பர்வேர் டிபன் பாக்ஸ் வைத்த நீல பிளாஸ்டிக் உறை, கூலிங் கிளாஸ் சகிதம் நகருக்கு வேலைக்கு வந்து திரும்பிக் கொண்டிருக்கிறார்கள். இவர்கள் பிடித்ததுபோக மிச்ச இடத்தில் மொபைல் போன் விற்கும் கடையும், மதுக் கடையும் இடம் பிடித்திருக்கின்றன. கலர் சோடா, கோலி சோடா வகையறா நான் பார்த்த ஒரு கிராமத்துக் கடையிலும் காணோம். இருந்தாலும் உள்ளே கண்ணுக்கு மறைவாக வைத்திருப்பார்கள் போலிருக்கு.

கிராமப் பகுதியின் கொஞ்ச நஞ்ச குளிர்ச்சியும் காணாமல் போக, கும்பகோணம் காலை பத்து மணிக்கே உலையில் ஏற்றின மாதிரி புழுங்கியது. தண்ணீர் வற்றி சகதி தெரிந்த மகாமகக் குளத்தின் கரையில் ஒரு குஜராத்திக் குடும்பம் சிரத்தையின்றிப் பார்த்து பழக்க தோஷத்தில் கன்னத்தில் போட்டுக் கொண்டிருந்தது. சுற்றுலாவாக வருகிறவர்களுக்கு ஏற்படுகிற இந்தத் தன்னிச்சையான குழுச் செயல்பாட்டில், செல்போனில் படம் பிடிப்பதும் அடக்கம்.

மகாமகக் குளத்துப் புராணத்தை விவரித்து சுவாரசியம் கூட்ட முடியாமல் கூட வந்த கைடு பரபரப்புச் செய்திக்கு அலைவரிசை மாறியது கண்ணில் பட்டது. 'மகாமகம்போது பத்தாயிரம் பேர் நெரிசல்லே இங்கே உயிரை விட்டுட்டாங்க'.

'ராத்திரி ஆவி உலாவுமா?' சீரியஸா நக்கலா என்று தெரியாத தோரணையில் கேட்டார் காந்தி குல்லாய் வைத்த சேட். உடம்பு பருத்த சேட்டாணியம்மா சுப்ரஹியே ஜீ என்று சிரித்தபடி அடக்கினாள். பத்து வருடம் முன் மகாமகம் நடந்தபோது இவள் ஒரு ரதியாக இருந்திருப்பாள் என்று அந்தச் சிரிப்பு சொன்னது.

அந்தக் குஜராத்திக் கூட்டத்தை வளைத்து ஆடித் தள்ளுபடி சில்க் புடவை வாங்கத் தள்ளிக்கொண்டு போக இன்னொரு கூட்டம் தயாராகக் கூடவே நடந்தது. க்யா ஆடி? டிஸ்கவுன்ட். ஹண்ட்ரட் பெர்சென்ட். படாபடா ஐட்டம். கோவில் யானை

தும்பிக்கையால் சேட் தலையில் ஆசிர்வாதம் செய்து ஆமா என்றது.

எல்லாக் கோவிலும் அடச்சுப் பூட்டிய வேளை. ஏசி ஓட்டலில் படியேறி ராத்திரி ஏழு மணி வரை அறை கேட்டபோது விசித்திரமாகப் பார்த்து, கம்ப்யூட்டரில் ஏதோ கணக்குப் போட்டு, எழுநூற்றுப் பதினைந்து ரூபாய் என்று முடிவானது. கவுண்டருக்கு வெளியே வைத்த தொலைக்காட்சியில் இண்டோர் காமிரா மூலம் அவ்வப்போது மாறும் ஓட்டலின் உட்புறம் காட்சியாக விரிந்தபடி இருந்தது.

ரூமுக்குள்ளேயும் காமிரா வைச்சிருக்கீங்களா?

இல்லே சார். நீங்க தைரியமாகப் போங்க. அதான் பேன்ட் போட்டிருக்கீங்களே.

அணிந்திருப்பது என்ன கலர் உள்ளாடை என்று சாயந்திரத்துக்குள் கண்டுபிடித்திருந்தாலும் அந்தத் தகவலால் யாருக்கு என்ன பிரயோஜனம்? சர்க்காரும் தனியாரும் எடுக்கிற எண்ணற்ற சர்வே போலத்தான் இதெல்லாம்.

சாயந்திரம் சாரங்கபாணி கோவிலுக்கும், ராமஸ்வாமி கோவிலுக்கும், கும்பேஸ்வரர் கோவிலுக்கும் எல்லாம் பார்த்து அலுத்த சுற்றுலாப் பயணியாகப் போனேன். பத்து வருடத்துக்கு முந்தி இருந்த சிற்பம் பார்க்கும், ஆழ்வாரும் நாயன்மாரும் எழுதியதைச் சுவரில் வரைந்த ரதபந்தம் படிக்கும் ஆவல்கூட அடங்கியிருந்தது. ராமஸ்வாமி கோவில் பட்டாச்சாரியார் பக்கத்தில் கோவில் ஊழியரிடம் பேசியபடி கர்ப்பகிருகத்துக்குள் போனபோது தூக்கலான துளசி வாடையில் *pure dejavu.*

எல்லாக் கோவில் பிராகாரமும் சுத்தமாக வைக்கப்பட்டிருப்பது கண்ணை ஈர்த்தது. வெளிப் பிராகாரத்தில் கிரிக்கெட் பழகிக் கொண்டிருந்த சின்னப் பசங்கள், பந்து என் தலையில் விழ வெரி சாரி அங்கிள் என்றார்கள். கிரிக்கெட்டும், அங்கிள் ஆண்ட்டி கலாசாரமும்தான் தமிழ்நாட்டை இன்னும் வாழவைத்துக் கொண்டிருக்கின்றன என்று அடித்துச் சொல்வேன். ஓட்டல் ரூமில் போய்ச் சொன்னால் கும்பகோணம் முழுக்க ஒளிபரப்பாக சந்தர்ப்பம் உண்டு.

பெருவழி சிறுநீர்

இன்டர்நெட்டும் சோஷியல் நெட் ஓர்க்கிங் என்கிற இணையம் மூலம் சமூக இணைப்பு வசதியும் வந்தாலும் வந்தது. நமக்குத் தேவையில்லாத கவலையை எல்லாம்கூட வழித்து வாரி மேலே போட்டுக்கொண்டு துன்பப்படுவது வாடிக்கையாகிவிட்டது.

சமீபத்தில் மும்பை-பூனா பெருவழியில் ஒரு நண்பர் காரில் போய்க் கொண்டிருந்தார். கொட்டு கொட்டென்று கொட்டுகிற தென்மேற்குப் பருவ மழை. காருக்குப் பத்து அடி முந்திவரைதான் சாலை தெரிகிறது. வெள்ளக் கடலுக்கு நடுவே கார் பறந்து கொண்டிருக்கிறது.

நம்மாளுக்கு அடக்க முடியாத சமாசாரம். ஒண்ணுக்குப் போயே ஆக வேண்டிய கட்டாயம். ஆனால், வண்டியை எங்கேயும் ஓரம் கட்டி நிறுத்த முடியாது. பின்னால் வேகமாக வரும் வண்டிகள் பார்க்காமல் இடித்துவிட்டால் உயிருக்கே ஆபத்து.

நண்பர் செல்போனை எடுத்து டுவிட்டர் இணையத் தளத்தில் அனுபவப் பகிர்வு நடத்த ஆரம்பித்தார். ட்விட்டர் இப்போது கீச்சு என்று தன் பெயரை நல்ல தமிழிலும் விளம்பரம் செய்வதோடு இன்டர்நெட்டிலோ, மொபைல் மூலமோ தமிழிலும் கீச்சு கீச்சென்று சேதி சொல்ல வழி செய்கிறது. அது வாழ்க.

அது சரி, நண்பர்? 'ரொம்ப முட்டிக்கிட்டு வருது', 'தாங்கலே இன்னும் எவ்வளவு தூரம் வண்டியை ஓட்டிட்டுப் போகணுமோ?',

‘அதிகமா குளிருது. குத்த வைக்கணும் போல இருக்கே, என்ன பண்ணட்டும்?’

அவர் ஐந்து நிமிஷத்துக்கு ஒரு முறை கீச்ச, நானும் ட்விட்டரில் சமூக அடிப்படையில் இணைந்த மற்ற நண்பர்களும் அதைப் படித்து, ‘பொறுத்துக்குங்க, கொஞ்சம் நேரம்தான்’ என்று தைரியம் சொல்லியபடி பதிலுக்குக் கீச்சுகிறோம்.

அரைமணி நேரம் என் மற்ற வேலையை எல்லாம் விட்டுவிட்டு மும்பை நண்பரோடு நானும் மானசீகமாக துடிக்கத் துடிக்கப் பயணம் போனேன்.

‘அப்பாடா, ஒரு வழியோர ஓட்டல். அற்ப சங்கை தீர்ந்தது. ஆனா ஓட்டல் பாத்ரூம் குழாய்லே தண்ணி வரல்லே’

நண்பர் கீச, ஆறுதலோடு முதல் காரியமாக நான் பாத்ரூம் போய்விட்டு வந்தேன்.

கடல்கோள் பயணம்

பிரபலமானவர்களோடு பிரயாணம் போவதில் கொஞ்சம் கஷ்டம் உண்டு. நிச்சயம் அவர்களால் நமக்குக் கஷ்டம் கிடையாது. நாமும் அவர்களைத் துன்பப்படுத்துவதை மனதில் கூட நினைக்க மாட்டோம். ஆனாலும் ஆயிரம் ஜோடிக் கண்கள் பிரபலத்தின் மேல் நிலைத்திருக்க, கூட நடக்கிற, உட்கார்கிற, ரவா தோசை சாப்பிடுகிற, பேசுகிற, கேட்கிற நமக்கு சடாரென்று ஒரு பயம். இந்தாளு யாரென்று எல்லாரும் நம்மைப் பற்றி யோசித்திருப்பார்கள். அதிலே ஒருத்தராவது வாயைத் திறந்து யோவ் நீ யாருய்யான்னு கேட்டால் என்ன பதில் சொல்ல?

நான் எழுத்தாளன் - தமிழ்லே சொல்லுங்க ரைட்டர்-சினிமா பத்திரிகை நிருபரா?

ஊஹூம். நம்ம இலக்கியத் தடம் எல்லாம் இங்கே சுவடில்லாமல் போய்விடும்.

உத்தியோகப் பெருமை பேசிவிடலாமா?

கம்ப்யூட்டர் கம்பெனியிலே அதிகாரி - சரி, இங்கே என்ன பண்றீங்க?

கதை எழுதி, பத்தி எழுதி, நாவல் எழுதி, சினிமா கதை வசனம் எழுதி எல்லாம் பிரயோஜனம் இல்லை. வேறே என்ன வழி? நாமும்

கொஞ்சமாவது முகத்தைப் பார்த்து அடையாளம் காணும்படிக்கு பிரபலமாவதுதான்.

யோசித்துக்கொண்டே ஒரு மகா பிரபலத்தோடு கிட்டத்தட்ட முழு நாளையும் கழிக்க அண்மையில் சந்தர்ப்பம் வாய்த்தது.

கோவளம் கடற்கரை ஐந்து நட்சத்திர ஹோட்டல் ரிசப்ஷனில் அவரைச் சந்தித்தபோது சென்னை வீட்டில் சந்தித்தால் உட்காரச் சொல்லி பேசுகிறது போலதான் சகஜமாகப் பேசினார். அதற்குள் எத்தனையோ பேர் நின்று பார்த்துக் கடந்து போய்க் கொண்டே இருந்தார்கள். எனக்கென்னமோ அந்தப் பார்வையில் எல்லாம் பொறாமை கொழுந்துவிட்டு எரிகிற மாதிரித் தெரிந்தது.

இவ்வளவு உற்சாகமா இவன் கிட்டே பேசிட்டு இருக்காரே? யாருடா புள்ளிக்காரன்? சினிமாக்காரன் மாதிரியும் இவன் மூஞ்சியிலே களை இல்லையே.

பள்ளிகொண்டபுரம் போய் அனந்தசயனனைத் தொழுது அவன் பெயர் கொண்ட எழுத்துலகச் சிற்பி வீட்டில் இறங்கி ஒரு ஹலோ சொல்லி விட்டு கொஞ்சம் இலக்கிய அரட்டையும் அடித்து விட்டு வரத்தான் திட்டம்.

நெரிசல் மிகுந்த வீதிகளில் கார் ஊர்ந்து கொண்டிருந்தது. உள்ளே அவர் கம்மந்தான் கான்சாகிப் பெருமையை உயர்த்திப் பிடிக்க, செம்மண் பூமிக்காரனான நான் எங்க ஊர்க்காரரும் கான்சாவின் அம்மாவனும் அவனை மாமரத்தில் தொங்கவிட்டுத் தூக்குப் போட்டுக் கொல்லக் காரணமானவருமான தாண்டவராயன் பிள்ளையின் இன்னொரு பக்கத்தை அழுத்தமாகச் சொல்லிக் கொண்டிருந்தேன். கிட்டத்தட்ட காரசாரமான வாக்குவாதம். வண்டி ஓட்டிக் கொண்டிருந்த நண்பர் ஓரம் கட்டி நிறுத்திவிட்டு என்னை ஒரு கை பார்க்க பலமான சாத்தியக்கூறு. இவ்வளவு பிரபலமானவரோடு யாருடா இவன் சரிக்கு சரி கட்சி கட்டி அழிச்சாட்டியம் பண்ணுகிறான் என்று கோபம் வரலாம். வண்டி நின்றால் தெரு ஓரம் போனவர்கள் நடந்த சங்கதி கேட்டு கொதித்து என்னை சுசீந்திரம் எண்ணெய்க் கொப்பரையில் கை முக்க இழுத்துப் போகலாம்.

அதுக்கு முன்னால் சந்தர்ப்பம் கிடைத்தால் அவர்கள் அந்த ம.பி அதாவது மகா பிரபலமானவரோடு மொபைல் தொலைபேசியில்

அவசரமான படம் எடுத்துக் கொள்வார்கள். கிடைத்த காகிதத்தை நீட்டி ஆட்டோகிராபும் கோரலாம்.

நல்ல வேளையாக யாருக்கும் எந்த சேதாரமும் இல்லாமல் போக வேண்டிய இடம் போய்ச் சேர்ந்தோம். அடுத்த மூன்று மணி நேரம் நகரின் ஜன சந்தடி மிகுந்த அந்தப் பகுதியில் இந்த ம.பி இருப்பதே தெரியாமல் நகரம் வேலை நாள் மெத்தனத்தோடு இயங்கிக் கொண்டிருக்க, உள்ளே காமிரா, விளக்கு, சட்டைக் காலரில் மைக் இன்ன பிற அம்சங்களோடு பேச்சைத் தொடர்ந்தோம். என்ன, இப்போ, ஒரு கை கூடியிருக்கு. அவ்வளவுதான். பேசப் பேச பேச்சு வளர்ந்தது.

பகல் ஒரு மணிக்கு மின்சாரம் போயே போச்சு. வீட்டுக்குப் பின்னால் பழைய கால பாணி மர வீடு அவுட் ஹவுஸ் ஒன்றில் பேச்சை உற்சாகமாகத் தொடர்ந்தார் நம் நண்பர். அந்த வீட்டு வாசல் படியில் உட்கார்ந்தபடி அவர் உரையாட, நான் சுற்றிலும் எழுந்து நின்ற அடுக்கு மாடிக் கட்டடங்களைத் திகிலுடன் பார்த்தேன். யாராவது ஒருத்தர் பார்த்து அடையாளம் கண்டுகொண்டாலும் போதும். அப்புறம் நாங்கள் பார்க்கப் போனவர்களின் வீட்டுக்கு முன்னால் திருச்சூர் பூரம் போல ஜனசமுத்திரம் திரண்டு அலையடித்து எல்லோரையும் கடல் கொண்டுவிடும்.

ஒரு ஜன்னல், ஒரு கதவுகூட அந்த ஒரு மணி நேரத்தில் பக்கத்தில் எங்கேயும் திறக்கப்படவில்லை. நகர வாழ்க்கையின் அமானுஷ்யத் தனிமையிலும் ஏக நன்மை!

வாய்க்கு ருசியான நாஞ்சில் நாட்டு சமையல். சென்னையில் சாப்பாட்டு நேரத்தில் இவரைப் பார்த்தால் ஜலதரங்கம் வாசிக்கிற மாதிரி நாலைந்து கிண்ணத்தில் நீர்க்கக் கரைத்த சூப், கொஞ்சூண்டு கறி, ரெண்டு தேக்கரண்டி சோறு, பழம் என்று கொறித்துக் கொண்டிருப்பார். இங்கே பேச்சு சுவாரசியத்திலும் சாப்பாட்டு ருசியிலும் மனம் பறிகொடுத்தோ என்னமோ இலையில் வட்டித்த எதையும் மிச்சம் வைக்காமல் ரசித்துச் சாப்பிட்டார் நண்பர். 'Phantom pain பத்தி சொல்லிட்டு இருந்தோமே' என்று எப்போதோ விட்ட இடத்தில் சரியாகப் பேச்சை இழை பிடித்து மீண்டும் தொடர்ந்தபோது அவர் மகா பிரபலம் என்ற சுவடே காணோம்.

விருந்து முடிந்து வாசல் திண்ணையில் சகஜமாக ஒரு பிரம்பு நாற்காலியில் உட்கார்ந்து கொண்டு மேல் வீட்டு குஜராத்தி குடும்பத்துக் குழந்தைகளோடு அவர் அரட்டை அடித்தபடி இருக்க, நான் கையில் வைத்திருந்த மலையாளப் பத்திரிகையால் எனக்கு மட்டும் விசிறிக் கொண்டேன். நிலாக் காய்வது போல் அனுபவித்துக் கவிதை சொல்லிக் கொண்டிருந்த அவருக்கு வியர்க்கவே இல்லை.

யோசித்துப் பார்க்கும்போது தெரிகிறது அவருடைய இலக்கிய ஆர்வம் அவரைத் தரையில் எப்போதும் கால் பதித்திருக்க வைத்திருக்கிறது. அவை களிமண் கால்கள் இல்லை. அது எனக்கும் இன்னும் ஒரு பத்துப் பேருக்கும் தெரியும்.

சினிமாவில் வந்து போனது

ஒரு உதவி செய்யணும்.

சந்தித்த மாத்திரத்திலேயே கேட்டார் இயக்குனர் சரவணன். கம்ப்யூட்டர் தொழிலில் மும்முரமான இளைஞர்.

என்ன செய்யணும்?

நீங்க எழுதிய நெம்பர் 40, ரெட்டைத் தெரு புத்தகத்திலே இருந்து சில அத்தியாயங்களை குறும்படமா எடுக்கற திட்டம். உங்க உதவியும் வேணும்.

ஒரு கம்ப்யூட்டர்காரன் இன்னொரு கம்ப்யூட்டர்காரன் சிரமப்படும்போது ஆறுதல் சொல்ல முடியும். ஆனால் இவர் கையில் கத்தியைக் கொடுத்து என்னைக் குத்து என்கிறார். ஜப்பானிய எழுத்தாளர்கள் பற்றி எழுதினதைப் படித்திருப்பாரோ.

ஒண்ணுமில்லே. நம்ம படத்துலே நீங்க நீங்களாவே நடிக்கணும்.

அட, இத்தனை வருஷமா அதானே செஞ்சிட்டு இருக்கேன்.

இது கேமிரா முன்னால்.

இப்படி ஆரம்பமானது என் நடிப்புப் பயணம். மண்டையைப் பிளக்கும் மதுரை வெயிலில் ஒரு புறநகர் அடுக்குமாடிக் குடியிருப்பில் ஆட்டோவில் வந்து இறங்கினேன். எட்டு முழ

வேட்டி. கோவிந்தா மஞ்சள் சட்டை. வலது கையிலே கரும்பு. இடங்கையிலே துணிப்பையில் இருந்து எட்டிப் பார்க்கும் மஞ்சள் கொத்து, மாவிலை. காட்சிப்படி இது சென்னையில் நடக்கிறது.

ஆட்டோ டிரைவர் போட்டுத் தரச் சொல்லித் தகராறு செய்து அரை மனதோடு, கொடுத்த காசை வாங்கிக்கொண்டு போக நான் உள்ளே நடப்பது லாங் ஷாட்டில் சுடப்பட்டுக் கொண்டிருக்கிறது.

நல்லா வண்டை வண்டையா திட்டுங்க என்னை.

கெஞ்சிக் கேட்டும் மதுரைக்கார ஆட்டோ ஓட்டுனர் முகத்தில் சிரிப்பு தவிர வேறேதும் இல்லை. எதுக்கு சார் உங்களைத் திட்டணும்? பாவமா இருக்கீங்க.

சென்னைத் தமிழ் நல்ல வார்த்தைகளை நான் சாம்பிளுக்கு எடுத்துவிட அவர் சிரிப்பு கூடியதே தவிர குறையவில்லை. எப்படியோ தாஜா செய்து அவரைக் கோபப்பட வைத்து ஷாட் ஓகே ஆக, கரும்பும் கையுமாக உள்ளே நடக்கிறேன்.

கட், கட் இயக்குனர் மெகாபோனில் இரைகிறார்.

ஏன் சார், எத்தனை வாட்டி தான் ஆட்டோவிலே இருந்து இறங்கி கரும்பைத் தூக்கிட்டு பட்டினத்தார் மாதிரி நடக்க வச்சு வாட்டுவீங்க. காலே வீங்கிடுச்சு.

நான் கோபத்தோடு புகார் மனு சமர்ப்பித்ததை அவர் கண்டுக்கவே இல்லை.

ஆட்டோ தோழர், ஏன் திரும்ப ப்ரேமுக்குள்ளே வந்தீங்க?

ஆமாம். கிளம்பிப் போன ஆட்டோவை ஓரமாக நிறுத்திவிட்டு ஆட்டோக்காரர் உள்ளே நுழைந்திருக்கிறார்.

நான் வாற சீனுதான் எடுத்துட்டீகளே. பொறவு என்ன ஆகும்னு பார்க்கலாம்னுதான்.

அவர் வெள்ளந்தியாகச் சொன்னார்.

சரவணனுக்கும் கோபம் வரவில்லை. கொடுத்து வைத்தவர்கள்.

விடுமுறையில் கால்நடை

மழை இல்லாத நவம்பர் ஞாயிறு காலைப் பொழுது. வெக்கையும் புழுக்கமுமாக விடியும் கோடைக்காலம் விடை பெற்றுப் போனதில் வருத்தமில்லை. மழை தொடர வேண்டும் என்ற பிரார்த்தனைகளுக்கும் குறைவொன்றும் இல்லை. இன்னும் ஒரு ஈடு திருப்பதிப் பெருமாளிடம் இறைஞ்ச அவன் வாயிலில் ஒரு நிமிடம். பெருமாள் நல்ல பெருமாள். வருடா வருடம் பிரம்மோற்சவத்துக்காகத் திருப்பதிக் குடை வழக்கம் போல் வால்டாக்ஸ் ரோடு, ஆனைக் கவுனியைத் தாண்டினாலும் இவரைத் திருப்பதியிலிருந்து பருந்து எடுத்துப்போய் சென்னை மாம்பலத்தில் இறக்கிவிட இங்கே கிளை அலுவலகம் திறந்தவர். சொந்தக் கல்யாண உற்சவத்தைக்கூட பக்தர்கள் சவுகரியத்துக்காக சென்னை தீவுத் திடலில் நடத்த ஒத்துழைப்பவர்.

பச்சை மாமலைபோல் மேனி. குட் மார்னிங். கமலச் செங்கண். கூரியர்லே செக் அனுப்பிட்டேனே. ஆயர் தம் கொழுந்தே. ஃபாலோ பண்ணுங்க. அச்சுதா.

ஹேண்ட்ஸ் ஃப்ரீ மொபைலில் பேசியபடி எனக்கு முதுகைக் காட்டிக்கொண்டு யாரோ வழிபாடு நடத்துகிற சத்தம். ஓகே பை. டேக் கேர். அரங்க மாநகருளானே.

இரண்டு குறுக்குத் தெருக்களை நிதானமாகக் கிடந்து உஸ்மான் வீதிக்கு வந்தபோது புது மேம்பாலத்தில் அசமஞ்சமாக ஒரு பழைய கறுப்பு அம்பாசிடர் கார் ஊர்ந்து கொண்டிருந்தது. மாருதியும் ஹூண்டாயும் இன்ன பிற சொகுசு வண்டிகளும் ஊர் முழுக்கச் சீறிப் பாய்ந்து கொண்டிருந்தாலும் வழக்கொழிந்து விடாமல் நானும் இருக்கிறேன் என்று அம்பாசிடர் இன்னும் திடகாத்திரமாக மூச்சு விட்டபடி மல்லுக்கட்டுகிறது. ஆனாலும் கறுப்பு அம்பாசிடர் அபூர்வம். கறுப்பு அன்னம் மாதிரி. கறுப்பு அன்னத்தை யாரும் பார்த்ததில்லை. உலகம் முழுக்க ஆயிரம் வருஷமாக, அதற்கு மேலாக வெள்ளை அன்னம்தான் கண்ணில் படுகிறது. ஆகவே அன்னத்தின் நிறம் வெள்ளை என்று பல கோடி தடவை நிரூபிக்கலாம் இல்லையா? செய்யலாம்தான். ஆனால் ஒரு கறுப்பு அன்னத்தை எங்கேயாவது பார்த்தாலும் காலகாலமாக உறுதிப்படுத்திய கோட்பாடு ஒரு நொடியில் தகர்ந்து ஒன்றுமில்லாமல் போய்விடுமே. ப்ளாக் ஸ்வான் எஃபெக்ட், ப்ளாக் அம்பாசிட்டருக்குப் பொருந்த இன்னும் நூறு வருடம் பிடிக்கலாம். அதுவரை பல ஆயிரம் அம்பாசிடர்கள் இங்கே ஓடிக் கொண்டிருக்கும். சந்தேகமே இல்லை.

கார்ட்டூனிஸ்ட் ஆர்.கே.லக்ஷ்மண் உபயோகிப்பது கறுப்பு அம்பாசிடர்தான். அவருடைய பழைய கார் இனியும் நகராது என்ற அந்திமக் கட்டத்துக்கு வந்தபோது டைம்ஸ் ஆப் இந்தியா நிர்வாகிகள் அவருக்கு விலை உயர்ந்த சொகுசு காரைப் பரிசளிக்க முன்வந்தார்கள். லக்ஷ்மண் மறுத்துவிட்டார். அம்பாசிடர் தான் வேணும். அவர் வீட்டு வாசலில் அம்பாசிடர் காரை நிறுத்திவிட்டு அழைப்பு மணியை அழுத்தினார்கள். வெள்ளை அம்பாசிடர். புத்தம் புதுசு. இது வேணாம். கறுப்புதான் எனக்குப் பிடிச்ச கலர். கார்ட்டூன்காரரர் குழந்தையாக அடம் பிடித்தார். கார்க் கம்பெனியிலேயே கறுப்புக் கார் உற்பத்தியை நிறுத்தி ஏகப்பட்ட வருஷம் ஆச்சு. அப்போ புதுக் கார் வேணாம். எடுத்துட்டுப் போங்க. வெளுத்த காரை பெயின்டில் குளிக்க வைத்து கறுப்பாக்கி திரும்ப அவர் வீட்டு வாசலில் நிறுத்தினதாக எப்போதோ எங்கேயோ படித்த செய்தி. மேம்பாலத்துக் கறுப்புக் காரும் இதே போல் பெட்ரோலும் பிடிவாதமும் சரிவிகிதத்தில் கலந்து ஓடிக் கொண்டிருக்கும்.

பாலத்தை ஒட்டி ஹோட்டல் வாசல் பக்கம் பத்திரிகை விற்கும் கடை. காலைப் பத்திரிகை வாங்குகிறவர்களில் பலரும் ஒரு சிகரெட்டையும் வாங்கிப் பற்றவைத்துக் கொள்கிறார்கள். அப்புறம் பெங்களூர் குதிரைப் பந்தயக் கையேடு கேட்கிறார்கள். இரண்டுக்கும் இங்கே தடை ஆச்சே? அது பாட்டுக்கு அது.

ஷட்டர் இறக்கி இருந்த துணிக்கடை வாசலில் கர்ம சிரத்தையாக இரண்டு பேர் நடைபாதையைப் பெருக்கித் தண்ணீர் அடித்துக் கழுவுவது கண்ணில் படுகிறது. நடைபாதை முடிகிற இடம் புதுசாகத் தார் போட்ட தெரு. அங்கே போன வாரம் பெய்த மழைத் தண்ணீர் இன்னும் முழுக்க வடியாமல் குளம் கட்டி நிற்கிறது.

ஏம்பா, எம்மா நேரமா கடை வாசலை க்ளீன் பண்ணிட்டு இருக்கோம். அல்லாரும் செருப்பு மாட்டிக்கினு சுகூரா அத்த மிதிச்சுக்கினு போறீங்க. படிச்சவங்கதானே.

பின்னால் துரத்தும் குரல். படிச்சவங்கதான். நடைபாதை நடக்கப் போட்ட சமாச்சாரம். அதை கடைவாசல் ஆக்கினது கடை முதலாளி. தள்ளுபடி விலையில் துணி விற்கிற கடையில் படிக்கட்டை சுத்தமாக்கிக் கோலம் போட்டு வைக்கட்டும். சுத்தமான கடைவாசல் அதையும் தாண்டி நடைபாதையில் ஏன் முடியணும்? நடைபாதையை மிதிக்காமல் மிதந்தபடி எப்படி பாதையைக் கடக்கிறது? லெவிடேஷன் கனவிலும் கதையிலும் மட்டும் ஏன் வர வேண்டும்?

பனகல் பார்க் பக்கம் திரும்ப, இன்னொரு அடைத்த கடை. தங்கம் விற்கிற இடம். புழுதியைச் எல்லா திசையிலும் வினியோகித்துக் கொண்டு நீளமான வாரியலால் நடைபாதையைப் பெருக்கித் தள்ளியபடிக்கு இங்கேயும் ரெண்டு பேர். எனவே முன் ஜாக்கிரதையாக நடைபாதையை விட்டு இறங்கித் தெருவில் தொடரும் நடை.

சார், ப்ளாட்பாரத்திலே போங்க. மார்னிங் டைம்னாலும் அவனவன் மாமியாருக்குப் பிரசவ நேரம் மாதிரி வண்டியை வெரட்டிக்கினு வருவான். அவனுக்கு டர்னிங்லே ஸ்டியரிங் ப்ரேக் கண்ட்ரோல் இல்லாமப் போனா, நம்ம கதை கந்தலாயிடும்.

மோட்டார் சைக்கிளை நிறுத்தி வைத்து உட்கார்ந்தபடி மூக்குப்

பொடி போட்டுக் கொண்டிருக்கும் போக்குவரத்து போலீஸ்காரர். தும்மல் முன்பாரம் பின்பாரமாகக் கூடவே வரக் கரிசனமாகச் சொல்கிறார். ரொம்ப ரொம்ப நாளைக்கு அப்புறம் இப்படியும் ஒரு ஆச்சரியம். ஞாயிற்றுக்கிழமை காலையில் டிராபிக் போலீஸ்காரரை தரிசித்ததில் இல்லை. மூக்குப் பொடியும், அதை சுகமாக மூக்கில் ஏற்றுகிற போலீஸ்காரர்களும், அதான் சொன்னேனே, வழக்கொழியவில்லையா?

அடைத்த நகைக்கடையைப் பார்க்கிறேன். பூட்டிய கதவுக்கு வெளியே போட்ட மர பெஞ்சில் நடுவயசுப் பெண்மணி ஒருவர் தனியாக உட்கார்ந்திருக்கிறார். பக்கத்தில் வைத்த பிளாஸ்டிக் கூடையில் தண்ணீர் போத்தல் எட்டிப் பார்க்கிறது. விடிகாலையிலேயே தங்கம் வாங்க முந்தி வந்து இடத்தைப் பிடிக்க காரணம் என்ன அம்மணி? கடை திறந்து கூட்ட நெரிசல் மும்முரமாவதற்குள் நகை வாங்கிப் போகவா? வருகிற தை மாதத்தில் நடக்கப் போகும் மகள் கல்யாணத்துக்குச் சேர்க்க வேண்டிய லிஸ்டில் ஒரு ஐட்டத்தை முடிச்சாச்சு என்று டிக் செய்வீங்களா? இல்லை, நேற்று வாங்கின நகையில் ஏதாவது சந்தேகமா?

சரி, நீ கிளம்பிப் போய் ஐயனாவரத்துலே உங்கம்மாவப் பாரு. ரோதனை தாங்கலை. பீட்டுலே நிக்கும்போது செல்லுலே கூவுது. வயசான காலத்துலே அத்த யாருமே கவனிச்சுக்கறதில்லையாம். பர்சை கூடையிலே போடாதே. காசு பத்திரம்.

டிராபிக் போலீஸ்காரர் பொடிமட்டையை மோட்டார் சைக்கிள் பெட்டிக்குள் வைத்தபடி சொல்ல அந்தம்மா எழுந்திருக்கிறார். இவ்வளவுதானா? பொடிக்கார போலீஸ் வண்டியை ஸ்டார்ட் செய்கிறார். மாமியார் பிரசவமாக இருக்காது.

நகைக்கடை பக்கம் காம்பவுண்ட் சுவர் எழுப்பி இன்னொரு வளாகம். உள்ளே வரிசையாக வண்டிகள். கசங்கிய காக்கி யூனிபார்ம் அணிந்த செக்யூரிட்டி கார்ட் ஒரு ஸ்கூட்டர் ரியர் வ்யூ கண்ணாடி முன் குனிந்து நிற்கிறார். கையில் ரேசரைப் பிடித்து முகம் மழித்துக் கொண்டிருக்கிறார். பூபென் கக்கரோ வைத்தீஸ்வரனோ பார்த்தால் ஓவியமாக்கி இருப்பார்கள். வைத்தீஸ்வரன் சார் ஓவியத்தோடு தன் தொகுப்பான 'நகரச் சுவர்க'ளுக்கு நீட்சியாக ஒரு கவிதையும் எழுதக்கூடும். பூபேன்.

வேண்டாம். இறந்து போய்விட்டார் அந்த சர்ரியலிச ஓவியர்.

பனகல் பார்க்கைப் பார்த்தபடி நிற்கும் கடைவரிசையை வலம் வந்து மறுபடி வெங்கட்நாராயணா வீதி. தினசரி மதுரைக்கும் திருச்சிக்கும் டூரிஸ்ட் பஸ் சர்வீஸ் நடத்தும் கம்பெனி வாசலில் பஸ் வந்து நிற்கிறது. கலைந்த தலையும் அசதியுமாக தோல்பையைத் தோளில் மாட்டியபடி இறங்கியவர்கள் ஆட்டோ பிடிக்காமல் நடக்க அவசரப்படுகிறார்கள். பக்கத்தில் எப்போதும் போல் பார்சல் இறக்கிக் கொண்டிருப்பது தொடர்கிறது. வாரம் முழுக்க பார்சலில் அனுப்பிப் பெற சென்னைக்கும் மதுரைக்கும் நடுவே பஸ்ஸில் பயணம் செய்கிற பொருட்களை வரிசைப்படுத்தவும். காப்பி குடிச்சுட்டு வந்து முதல் காரியமா முடிச்சுடு என்று கிளீனரிடம் சொல்லியபடி டிரைவர் தெரு ஓரத்து டீ ஸ்டாலுக்கு நடக்கிறார்.

நடேசன் பூங்கா. உள்ளே சின்ன பிள்ளையார் கோவில் வாசலில் குருக்கள் தயாராக வீபுதித் தட்டோடு நிற்கிறார். ஞாயிற்றுக்கிழமை வசூல் ஆர்வம் முகத்தில் எழுதியிருக்கிறது. பக்கத்து ஸ்டூலில் வைத்த டேப் ரிக்கார்டரில் ஓம் கணநாதாய நம என்று திரும்பத் திரும்ப லூப்பில் எஸ்.பி.பாலசுப்பிரமணியன் அழைத்துக் கொண்டிருக்கிறார். பூங்காவில் வாக்கிங் போகிறவர்கள் பிள்ளையாருக்கு கும்பிடும் தட்டில் தட்சணையும் காணிக்கையாக்கி, குளிக்காமல் வீபுதி பூசிய நெற்றியோடு நடக்கிறார்கள். திரிபலா சூர்ணத்தை தேன் இல்லாம சாப்பிடலாம். உரக்கப் பேசியபடி வாக்கிங் போகிற பெண்மணிகளைக் கொஞ்சம் வேகமாகக் கடந்து முன்னால் நடக்க, கூடுவாஞ்சேரிப் பக்கம் அரை கிரவுண்ட் வாங்கிப் போட்டிருந்தாரு. வீடு கட்ட ஆரம்பிச்சு செத்துட்டாரு பாவம். இன்னொரு நடமாடும் அரட்டை அரங்கம். எட்டுப் பேர் கொண்ட குழு. நடை வேகத்தைத் திரும்பக் குறைக்க, திரிபலாதி சூரணம் சாப்பிட்டு அரை மணி நேரம் கழிச்சு ஒரு ஸ்பூன் சியவனப்ராசம். ஆர்ய வைத்யசாலை சூரணம் இம்ப்கோ சூரணத்தை விட சுறுசுறுன்னு நெய் மணக்க இருக்கும். இவர் பட்சணம் மாதிரி முழுங்கிடறார்.

பூங்கா வெளியே கையில் பிடித்த நோட்டீஸ்களோடு சிலபல பேர் நிற்கிறார்கள். சலுகை விலைக்கு செல்போன், டிடிஎச், சுலப மாதத் தவணைக்கு பென்ஸ் லாரி. விநியோகிக்கும் இளைஞர்,

இளம் பெண்களுக்கு நன்றி சொல்லி ஒரு கத்தை கடுதாசோடு கடந்தால் திரும்ப வழிமறிப்பு. நடுவயது மிடில் கிளாஸ் மாமாக்கள். ஒற்றை மாமி. இவங்களும் பார்க்கில் நோட்டீஸ் விநியோகிக்க வந்தாச்சா? யோகா கிளாஸ், எய்ட்ஸ் விழிப்புணர்வு, பல்ஸ் போலியோ?

நூத்து எண்பத்தோரு நாள் டிபாசிட் செய்தால், பத்தரை சதவிகிதம் வட்டி.

அரசுடமை வங்கி ஆபீசர்கள் எல்லோரும். பைனான்ஸ் கம்பெனி மாதிரி ஞாயிற்றுக்கிழமை பூங்கா வாசலில் டெபாசிட் கான்வாசிங் நடத்த வந்தவர்கள். அரசு வங்கி ஊழியர்களின் ஒட்டுமொத்த முகம் மாறிக் கொண்டிருக்கிறது.

டெபாசிட் செஞ்சா, காமாட்சி விளக்கு பரிசு உண்டா?

கிடையாது. நீங்க அப்புறம் ரெண்டு வருஷம் கழிச்சு பனகல் பார்க்கிலே மீட்டிங் போட்டு பத்து சதவிகிதம் பணம் திருப்பித் தரணும்னு மன்றாடவும் வேணாம். நேஷனலைஸ்ட் பேங்க். டெபாசிட் தொகைக்கு டி.ஐ.சி.ஜி.சி மூலமா கவர்மெண்ட் உத்தரவாதம் கொடுக்கும். டி.ஐ.சி.ஜி.சி அப்படீன்னா.

வேணாம் மேடம். நானும் பேங்க் ஆபிசரா இருந்துதான் கட்சி மாறினவன்.

Then I should not be carrying coal to New Castle.

அவர் ஆங்கிலப் பழமொழியைச் சொல்லிச் சிரிக்கிறார். கொல்லர் தெருவில் ஊசி விக்கறது போல் என்ற நம்ம ஊர் சொலவடை இவருக்குத் தெரிந்திருக்காதா.

நிலக்கரி வளத்தோடு தொழிற்புரட்சி நேரத்தில் இங்கிலாந்தின் தொழில் மையமாக விளங்கிய நியூகாசிலில் இப்போது நிலக்கரிக்கான அவசியமே இல்லை. வேலை மெனக்கெட்டு அதைக் கொண்டுபோனால் வாங்கி வீட்டு வரவேற்பறையில் வைக்க அங்கேயும் பழைய நினைப்பு பெரிசுகள் இருக்கக் கூடும். அது சரி, நம்ம ஊரில் அண்ணா தெரு, கே.கே.வீதி, ஜெ.ஜெ அவென்யூ, எல்லாம் உண்டு. கொல்லர் தெரு?

தூறல் ஆரம்பித்து சட்டென்று வலுக்கிறது. மழைக்காலம் மிச்சம் இருக்கிற நிம்மதி. போர்வை போர்த்திக் கொள்ளும்

நடைபாதை காய்கறிக் கடைகளையும், திருப்பதிக் கோவில் வாசல் பூக்கடைகளையும் கடந்து சாவதானமாக நடை. மழையைத் தொடர்ந்ததற்காகக் கொண்டல் வண்ணனுக்கு நன்றி சொல்லும்போது பின்னால் ஒலிக்கும் பாட்டு. கல்லை மட்டும் கண்டால் கடவுள் தெரியாது. மொபைல் பாடி அழைக்கிறது. ஹலோ, புரொடக்ஷன் மேனேஜர்தான் பேசறேன். சனியன் பிடிச்ச மழை. ஷூட்டிங் ஸ்பாட்டுக்கு எல்லாம் அனுப்பியாச்சு. இப்போ பார்த்து இப்படியா? சலித்தபடி புரொடக்ஷன் யூனிட் வண்டியை கிளப்புகிற சத்தம்.

வீட்டுக்குப் போய்ச் சேர்வதற்குள் மழை விட்டிருக்கிறது. நன்றியைத் திரும்பக் கேட்கலாகாது. பெருமாள் நல்ல பெருமாள். முறை வைத்து, எல்லாருக்கும்.

கல்லறைக்காரர்

தோப்புத் தெரு வீடு பழையது. அதற்கு வயது கிட்டத்தட்ட நூற்றி இருபது. அழுக்குக் கறுப்புக் கல் சுவர் வைத்த வாசல். எடின்பரோ நகரத்தில் எல்லாக் கட்டடங்களும் இதே கறுப்புக் கல் அலங்காரத்தோடுதான். ஞாயிற்றுக் கிழமை காலை நேரத்தில் ஜன்னல் வழியாக எட்டிப் பார்க்கவே கூடாது. பார்த்தால் அநாதையாகக் கிடக்கிற தெரு நெடுக ஈரக் கறுப்பில் துக்கம் கொண்டாடுகிற இந்தக் கட்டடங்களைப் பார்க்க எனக்கும் அழுகை முட்டிக்கொண்டு வரும்.

எதிர் ஃப்ளாட்காரரர் என் வீட்டு காலிங் பெல் அடித்தது ஒரு ஞாயிற்றுக் கிழமை நேரத்தில்தான். ஜான் மில்னே என்று பெயர். எழுபது வயது. இன்னும் துடிப்பாக லோத்தியன் தெருவில் தொழில் நடத்திக் கொண்டிருக்கிறார். வருமானம் பிய்த்துக் கொண்டு போகிற வேலை அது. சவ அடக்கம். மற்றும் அதற்கான முன்னேற்பாடு.

'மேட், விரசா ஒரு கை கொடு'. ஞாயிற்றுக் கிழமையிலும் மிடுக்காக த்ரீ பீஸ் சூட் அணிந்து, நீல நிற டை கட்டி மழுங்க மழுங்க சிரைத்துக் கொண்டு 'இந்தியன்' தாத்தாவுக்கு இன்னொரு லேயர் ப்ரோஸ்தெட்டிக் மேக்கப் போட்ட மாதிரி நிற்கிற ஸ்காட்டிஷ் தாத்தா அவசர உதவி கேட்கிறார் என்ன உதவி? பிணம் தூக்கணுமா? எடின்பரோ வந்த காரியம் பரிபூர்ணமாக நிறைவேறின திருப்தி எனக்கு.

'இந்திய சவம். நேத்தே ஆஸ்பத்திரியிலே இருந்து வாங்கி, குளிர் பதன அறையிலே வச்சாச்சு. இன்னிக்கு சொந்தக்காரங்க மான்செஸ்டர்லே இருந்து சாயந்திரம் கால்பந்து பந்தயம் முடிஞ்சதும் கிளம்பி வராங்க. அதுக்குள்ளே சவ அடக்கத்துக்கு சாமக் கிரியை எல்லாம் ரெடி பண்ணனும். என்ன எல்லாம் வாங்கி வச்சாகணும். உங்க ஊரு, உங்க மனுசங்க, உங்க சவம். உதவி பண்ணு தம்பி'.

இந்த ஊரில் முன்னேப் பின்னே சாகாததால் இடுகாடு போகிற அனுபவம் கிட்டவில்லை. அது சரி, என்ன டைப் ஆசாமி? எரிக்கற டைப்பா, புதைக்கிறதா?

'பெட்ஷீட்டை கடாசிட்டு பேண்ட் மாட்டிக்கிட்டு வா'. மில்னே அழுத்தமாகச் சொல்ல, உள்ளே போய் வேட்டியை (ஹூம், இதுவா பெட்ஷீட்?) உருவி, ஜீன்சில் நுழைந்து தாத்தாவோடு படி இறங்கினேன். அவரிடமிருந்து இதமான ஒயின் வாடை. காலையிலேயே அளவாக சுதி ஏற்றிக்கொண்டு தொழிலுக்குப் புறப்பாடு.

மில்னே துரை கடையில் முதல் தடவையாகப் படி ஏற, இருட்டு தான் வரவேற்றது. அது பழக்கமானதும், சப் ஜீரோ வாட் வெளிச்சம் போடும் ஒரு பல்ப் முழு ஹாலையும் இருட்டடித்துக் கொண்டிருந்தது புலப்பட்டது. தரை முழுக்க சைஸ் வாரியாக, கலை நேர்த்தியோடு செய்து கிடத்திய சவப் பெட்டிகள். திறந்து கிடந்த இரண்டு மகோகனி மர சவப் பெட்டிகளுக்கு நடுவே கொள்ளை அழகோடு ஒரு வெள்ளைக்கார சுந்தரி நிற்கிறாள். நின்ற படிக்கே மலராத பூ உதடுகளைக் குவிக்கிறாள். நான் பல் விளக்கிவிட்டு வந்திருக்கலாம். காலை நேர முத்தம் வேண்டாம் என்று மரியாதையோடு சொல்ல உத்தேசிக்கும் முன், இடுப்பு பர்ஸிலிருந்து உதட்டுச் சாயத்தை எடுத்து (அதுக்கு உலகம் முழுக்க ஏன் இப்படி விபரீதமான வடிவம்?) குவிந்த மொட்டுகளை வயலட் நிறமாக்குகிறாள். எனக்கும் ஒரு ஹலோவை நடுவே சொல்ல அந்த மொட்டுகள் திறந்து மூடுகின்றன.

'என் அசிஸ்டெண்ட் எமிலி'. மில்னே அறிமுகப் படுத்திவைக்கிறார். டிராகுலா ரத்தம் குடிக்கும் திகில் சினிமாவில் பேய்க்கு வசப்பட்ட பேரழகிகள் நினைவு வருகிறார்கள். எமிலிக்கும் ரத்தம் இல்லை, மாசாந்திர சம்பளம் கிடைக்கிறது.

விளக்குகளை மில்னே போட, மேஜையில் கடை விளம்பர நோட்டீசுகள். ஒன்றை எடுத்துப் புரட்டுகிறேன். 'நாளைய சவ அடக்கம் இன்றைய ரேட்டில்' என்ற ஒன்று கண்ணை ஈர்க்கிறது. 'நாளுக்கு நாள் விலைவாசி ஏறிட்டுப் போறதே. சவ அடக்கச் செலவு போன வருடத்தை விட இன்னிக்கு இருபத்தைந்து பெர்செண்ட் அதிகம். இது இன்னும் கூடும். எங்க திட்டத்திலே டிபாசிட் பண்ணினா, எத்தனை வருசம் கழிச்சு பரலோகம் போனாலும், இன்னிக்கு நிலவர ரேட்டுக்கே சிக்கனமா முடிச்சுக் கொடுக்கறோம்'. மில்னே விளக்குகிறார். எடின்பரோவில் சாக உத்தேசம் இல்லாததால் நான் சந்தா கட்டப் போவதில்லை.

'இண்டியன் பாடி பின்னாடி கோல்ட் ஸ்டோரேஜில் இருக்கு. பார்க்கறியா?" நைச்சியமாகக் கேட்கிறாள் எமிலி. கோல்ட் ஸ்டோரேஜ், கோஸ்ட் ஸ்டோரேஜ் எல்லாம் வேணாம் என்று சங்கடத்தோடு மறுத்துவிட்டு பெயரைக் கேட்கிறேன். அதான் எமிலின்னு சொன்னேனே? தாத்தா எகிறுகிறார். இந்தப் பொண்ணு இல்லே. உள்ளே பொணம். அதுக்கு உயிர் போகற முந்தி ஒரு பெயர் இருந்திருக்குமே?'

'ரோனி பாட்டில்வாலா' எமிலி ஒரு லிஸ்டை எடுத்து தட்டுத் தடுமாறிப் படிக்கிறாள். பார்சிக் காரர். அமைதிக் கோபுர உச்சியில் வைத்து காக்கா, கழுகு கொத்தித் தின்ற மிச்சம் உலர்ந்து உதிர்வது தான் பார்சி அடக்க முறை என்று நினைவு வருகிறது. பாட்டில்வாலாவை எப்படி சுவர்க்கத்துக்கு பார்சல் செய்வது?

'உங்க கடையிலே மொட்டை மாடி இருக்கா?' நான் கரிசனமாகக் கேட்கும்போது தொலைபேசி ஒலிக்கிறது. ஐந்து நிமிடம் பொறுமையாகக் கேட்டு அவ்வப்போது ஆ, ஊ என்று என்னத்துக்கோ சந்தோஷக் குரல் அனுப்பிய எமிலி சொல்கிறாள் 'அடக்கத்தை அவங்களே கவனிச்சுக்கறாங்களாம். அமரர் ஊர்தி மட்டும் ஏற்பாடு செய்தால் போதுமாம்'. பாட்டில்வாலா ஆத்மா சாந்தி அடையட்டும்.

மில்னே கடைக்கு இன்னொரு தடவை போகவேண்டும். பல் தேய்த்துவிட்டு படியேற மறக்கக் கூடாது. எமிலி தனியாக இருப்பாள். உதட்டுச் சாயம் மிச்சம் இருக்கும்.

வெண்பா இல்லை, வேம்பா

'குளிக்க வேம்பாவில் வெந்நீர் போட்டு' என்று ஒரு வாரப் பத்திரிகை பத்தியில் எழுதியிருந்தேன். உதவி ஆசிரியர் அவசரமாக தொலைபேசினார் இந்த வேம்பான்னா என்ன சார்? ஆர்டிஸ்ட் கேக்கறார். படம் போடணும்'. நான் வேம்பாவை விளக்கினேன். 'அட, பாய்லர், டீக்கடை பாய்லருக்கு அண்ணாத்தை'.

நினைத்தாலும் மறக்க முடியாத செம்மண் பூமித் தமிழ் அது. கண்டனூர் பழனியப்பா சுப்பிரமணியன் தொகுத்த 'செட்டிநாட்டு வட்டார வழக்குச் சொல்லகராதி' (தமிழினி வெளியீடு) புத்தகத்தைப் புரட்டியபோது அங்கே என் வேம்பா பத்திரமாக இருந்தது. இன்னும் 'அடிக்கட்டை' (வங்கி சலானின் கவுண்டர்ஃபாயில்), இசைகுடிமானம் (கல்யாணத்தின் போது இரண்டு தரப்பு பெற்றோர், பங்காளிகள் எழுத்து மூலமாக செய்து கொள்ளும் திருமண உடன்படிக்கை) போன்ற 'அறுதப் பழசு' சொற்களும் நல்லா இருக்கீகளா தம்பி என்று விசாரிக்க, குரங்கு பெடலில் சைக்கிள் மிதித்துக் கொண்டு தள்ளுகாற்றில் குஷியாகப் பயணமானது மனசு.

செம்மண் பிரதேசத்திலும் அங்கேயிருந்து சிங்கப்பூர் மலேசியா போன தமிழர்களிடையும் பிரபலமான 'கொங்கஞ்சுங்காய் வங்கி' (ஹாங்காங் அண்ட் ஷாங்காய் பேங்க்), உலாந்தா வங்கி (பேங்க் ஓஃப் ஹாலண்ட்), உண்டி (டிராஃப்ட்) போன்று 'கருக்கடை'யாக (கரிசனத்தோடு) சேர்த்த வட்டார வழக்கு சொற்கள் 'உண்டன' நிறைந்த புத்தகம் இது. சுப்பிரமணியத்துக்கு 'ஏலா' போடலாம்.

கஜலும் கவிதையும்

பள்ளிக்கூடத்துக்கு வெளியே உருப்படியாகக் கற்றுக் கொண்ட, சபையில் சொல்லத் தகுந்த பல விஷயங்களில் சரித்திரம் எனக்கு முக்கியமானது. வாத்தியார் பிரம்புக்குப் பயந்து உருப்போட்டு, கையெல்லாம் நீல மசி காதலாகிக் கசிந்து அப்பியிருக்க மாய்ந்து மாய்ந்து எழுதி மனதில் ஒரு சரித்திரக் கோட்பாடு உருவாகியிருந்தது. அதன்படி ஒரு ஐம்பது வருடத்துக்கு முற்பட்ட எல்லோரும் எல்லாமும் ராஜா தலையும், காமா சோமா வரைபடமும் மக்கின காகித வாடையும், *1323, 1857* என்று எண்ணுமாகக் குழம்பி பரீட்சை நேரத்தில் பயமுறுத்துவதே சரித்திரம். பக்கம் பக்கமாக சிறு குறிப்பு எழுத வேண்டிய பெரிய கடன் எழவு.

சரித்திரப் பக்கம் தலை வைத்துக்கூடப் படுக்க வேண்டியில்லாத நான் பூர்வ ஜன்மத்தில் கீழை மார்க்சிய கோத்திரம் என்பதால் நா.வானமாமலையின் 'ஆராய்ச்சி'யும் அவருடைய சீடர் வெ.கிருஷ்ணமூர்த்தியின் 'ஆய்வு வட்ட'மும் பரிச்சயமானது. வரலாற்றோடு என்னை கனெக்ட் செய்து கொள்ள சந்தர்ப்பம் ஏற்படுத்திக் கொடுத்த தோழர்களுக்கு நன்றி. காம்ரேடுகள் காட்டிய ராஜராஜ சோழன் காலத்து விவசாயிகள் போராட்டமும், தஞ்சை மராட்டியர் காலத்தில் காசு கொடுத்துப் பெண் வாங்கி தேவதாசியாக கோவிலுக்கு ஆடுமாடு போல நேர்ந்து விட்டதும் 'படுத்தார், எழுந்தார், வாரிசு உருவாக்கினார்' ரக சரித்திரத்துக்கு எதிர்வசம். இந்த மைக்ரோ ஹிஸ்டரிதான் பள்ளிக்கூடப் பாடமாக வேண்டியது. சொரியச் சொரியச் சுகமான பொற்காலப் பொய்கள் இல்லை.

சரித்திரத்தோடு இன்னும் இறுக்கமாக இணைத்துக் கொள்ள வில்லியம் டால்ரிம்பிள் எழுதிய 'லாஸ்ட் மொகல்' அண்மையில் வசதி செய்து கொடுத்தது. கடைசி முகலாய மன்னர் பஹதூர்ஷா ஸஃபர் பற்றி மட்டுமில்லை, முதல் சுதந்திரப் போராட்டம் அல்லது குஜ்ஜர்கள் அன்றே செய்த கலகம் அல்லது ஜாதியும் மதமும் ஆழமாகப் புரையோடிய 1850-களின் தில்லியில் சாமானியர்கள், வந்தேறிய துரைகள் என வாசாலகமாக விவரணையோடு சொல்லிப் போகிறார் டால்ரிம்பிள்.

1857 புரட்சி நடந்தபோது தில்லியில் பத்திரிகைகள் இருந்தன. உருது மொழியிலும் ஆங்கிலத்திலுமான இவை அந்தக் கலக காலத்திலும் ஒருநாள் விடாமல் சுடச்சுட செய்தி வழங்கின. தில்லியில் மதுக்கடை, கஞ்சாக்கடை இவற்றோடு காப்பிக் கடைகளும் அப்போதே இருந்திருக்கின்றன. மிர்ஸா காலிஃப் போன்ற உருதுக் கவிஞர்கள் இங்கெல்லாம் போய்த் தவறாமல் சுதி ஏற்றிக்கொண்டு கஜல்களில் காதல் பற்றி உருகி உடம்பைக் கெடுத்துக் கொண்டிருக்கிறார்கள். பெயருக்கு ராஜாவாக, சக்கரவர்த்தியாக இருந்த பஹதூர் ஷா ஸஃபர் ஆட்சி நடத்த ஆங்கிலேய துரைகள் அனுமதிக்காத காரணத்தால் இன்னொரு கஜல் கவிஞராகி விட்டார். கவிதை எழுதி, 'வாஹ் வாஹ்' என்று சுற்றி இருந்து ரசிகர்கள் சிலாகிக்க நடுராத்திரி வரை முஷைரா (கவியரங்கு) நடத்தியிருக்கிறார். அப்படிக் கழித்த நேரம் போக, நிறைய மாம்பழம் சாப்பிட்டு வயிற்றைக் கெடுத்துக்கொண்டு வைத்தியர்களைக் கூப்பிட்டு விட்டிருக்கிறார்.

இதுக்கு நடுவே அந்தப்புரத்தில் பட்டத்து ராணி, கிட்டத்து ராணி, ஆசை நாயகி, தோசை நாயகி என்று ஏகப்பட்ட பெண்களை இருட்டறைகளில் வைத்து பராமரித்திருக்கிறார். இவருக்கு முந்திய தலைமுறை சக்கரவர்த்திகளும் இதேபடிக்கு புடவை, சல்வார் கமீஸ் வாடை பிடித்துத் திரிந்ததால் பஹதூர் ஷாவுக்கு ஒண்ணு விட்ட, ரெண்டு, மூணு, நாலு இன்னும் நிறையவே விட்ட சகோதரர்கள், அவர்களின் ஒண்ணு விட்ட, ரெண்டு விட்ட ... தலை சுற்றுகிறது, அரண்மனை வாசிகள் ஏராளமான பேர் தரித்திர வாசிகளாக பஹதூரைச் சூழ்ந்து எப்பவும் இருந்திருக்கிறார்கள். இந்த இடைஞ்சலுக்கு இடையிலும் மனுஷர் ரெகுலராகக் காதல் கவிதை எழுதியிருக்கிறார் என்றால்

பாராட்ட வேண்டியதுதான். டால்ரிம்பிள் காட்டுகிற பகதூர் ஷா நூற்றைம்பது வருடம் முன்பாக இங்கே சுவாசித்தபடி மரியாதையோடும் அஜீரணத்தோடும் நடமாடிய சாமானிய ராஜா.

மங்கள் பாண்டேயின் விடுதலைப் படைகள், தஞ்சம் புகுந்த துரைசானிகளைக் குடும்பத்தோடு வெட்டிக் கொல்வதை பஹதூர் சும்மா பார்த்துக் கொண்டிருந்ததால் கடுப்பாகிப் போன வெள்ளைக்காரர்கள் இவரை இஷ்ட மகிஷியோடு பர்மாவுக்கு நாடு கடத்துகிறார்கள். முகலாயப் பேரரசர்களிலேயே யாருக்கும் வாய்க்காதது இந்த மரியாதை. மட்டுமில்லை, புகைப்படம் எடுக்கப்பட்ட ஒரே முகலாயச் சக்கரவர்த்தியும் பஹதூர் ஷாதான். டால்ரிம்பிள் மேற்படி படத்தையும் தேடி எடுத்து புத்தகத்தில் கொடுத்திருக்கிறார். படுத்தபடி பரிதாபமாக முழிக்கும் அந்த வழுக்கைத் தலை சீக்காளி, ராஜாவாகவோ கவிஞராகவோ இருந்தாராமே. நிசமா?

விசாரித்து டால்ரிம்பிளுக்கு ஒரு கடிதாசு எழுதிப் போட்டேன். ஈ-மெயில் தான். கூடவே புத்தகத்தில் அங்கங்கே தட்டுப்பட்ட பிசகுகளையும் பட்டியல் இட்டிருந்தேன். ரொம்ப பெரிசில்லை. 'நீங்க சொல்ற மாதிரி ஜிலேபி மில்க் ஸ்வீட் இல்லை' ரேஞ்ச். தாங்க்ஸ் சொன்ன துரை 'ஏம்பா டமில் ரைட்டர், எங்கெல்லாமோ குடியேறி லந்து பண்றியே' என்று அன்போடு விசாரித்தார். அவ்வப்போது இது தொடர்வதால் அடுத்த புத்தகத்தை டால்ரிம்பிள் எழுதி முடித்த பிறகு என்னிடம் காட்டிவிட்டுத் தான் அச்சுக்குக் கொடுப்பார் என்று நம்பிக்கை இருக்கிறது.

அவருக்கு மின் கடுதாசி எழுதி நான் கஷ்டப் படுத்தினால், எனக்கு சாதா போஸ்ட் கார்ட் அனுப்பி அலம்பல் செய்ய இங்கே ஆள்ஜனம் உள்ளது. 'ஏன் எழுதுகிறேன்?' என்று கட்டுரை கேட்டு மாதம் தவறாமல் நண்பர் ஒருவர் தபால் அட்டை அனுப்புகிறார். வீட்டு காலிங் பெல் அடித்து அதைக் கையில் கொடுக்கிற போஸ்ட் உமன் (அஞ்சலை?) நமுட்டுச் சிரிப்போடு கையில் தருகிற கடிதம் அது. அட்டையின் பின்புறம் 'No Condom, No Sex' என்று பெரிய எழுத்தில் அச்சடித்த அறிவுரையோடு பிரதி மாதமும் முதல் வாரம் உங்களுக்கு போஸ்ட் கார்ட் வந்தால் என் அவஸ்தை புரியும். ஏன் எழுதறேன்? காண்டம் வாங்க மறந்து போனதால்தான்.

க்ருஷாங்கினி

க்ருஷாங்கினியின் ‘கவிதைகள் கையெழுத்தில்’ என்ற அருமையான கவிதைத் தொகுதி (சதுரம் வெளியீடு, சென்னை) கிடைக்கப் பெற்றேன். காத்திரமான பெண்மொழி. அசாதாரணமன கனமும் கிண்டலும் கூடவே உண்டு. உதாரணமாக,

Front Loading Machine
அடைத்து உள் செலுத்தி கதவை
அழுத்தி மூடியிட்டபின்
நீரும் நிழலும் அதற்குள்ளேயே
திரவத்தில் மிதக்கும், உருளும், புரளும்.
சிறுதுளை வழியே உள்நீர் வெளிவழிய
உச்சகட்ட அலறலுக்குப் பின்
கையிரண்டு இழுத்துப் போட
சுற்றிய கொடியும் ஈரமணமுமாக
ஏந்திய பாத்திரத்தில்
இறங்கிக் கீழே விழும்.

தபால் அட்டை வாங்கிப் பாராட்டி எழுத நினைத்து உடனடியாக அந்த எண்ணத்தைக் கைவிட்டு, க்ருஷாங்கினிக்குத் தொலைபேசி விட்டேன்.

பயண இலக்கிய பஜனை

பயண இலக்கியம் எழுத சென்ஸ் ஆப் ஹ்யூமர், கொஞ்சம் பேங்க் பாலன்ஸ், விக்ஸ் இன்ஹேலர், எலாஸ்டிக் போகாத ஜட்டி, எழுதியதை பிரசுரம் செய்ய பதிப்பகம் எல்லாம் தேவை. பால் தோரோவும் பில் பிரைசனும் இந்த விஷயம் அத்துப்படியான காரணத்தால் உலகத்தைச் சுற்றி வந்து சந்தோஷமாகச் சில்லறை எண்ணிக் கொண்டிருக்கிறார்கள். சீனியரான பால் தோரோ ஒரு ரவுண்ட் முடித்து அடுத்த சுற்றுக்காக சமீபத்தில் திரும்ப இந்தியா வந்திருந்தார். அதுவும் சென்னைக்கு.

எண்பதுகளின் தொடக்கத்தில் கிராண்ட் டிரங்க் எக்ஸ்பிரசில் ஏறி தில்லிக்கு உத்தியோக உயர்வில் (பேசிக் ரூ310; பஞ்சப்படி 235; மற்றவை 130) கிளம்புவதற்கு முன் மூர்மார்க்கெட்டில் புத்தகம் தேடப் போய் மாட்டியது பால் தோரோ எழுதிய 'தி க்ரேட் ரெயில்வே பஜார்'. இதைவிட சரோஜாதேவியே மேல் என்று பின் அட்டையில் யாரோ கிறுக்கி இருந்ததை மினிமம் கியாரண்டியாக நம்பி வாங்கிவிட்டேன். ரயிலில் புரட்டிய புத்தகத்தில் அந்தத் தரம் கிட்டாத ஏமாற்றம்.

"தில்லியிலிருந்து கிளம்பி குறுக்கு வெட்டாக 1800 மைல் கடந்து தெற்கு நோக்கி சென்னைக்கு ஓடிவரும் கிராண்ட் டிரங்க் எக்ஸ்பிரஸ் நின்ற பிளாட்பாரம் முழுக்க பேருக்கு ஏற்ற மாதிரி பிரமாண்டமான டிரங்குப் பெட்டிகள். சடசடவென்று கம்பார்ட்மெண்ட் முழுக்க ஆக்கிரமித்த தமிழர்கள் அதைச் சொந்த வீடாகப் பாவித்து

பேன்டை அவிழ்த்துக் கொண்டிருந்தார்கள். கூடாரம் போல் பெட்ஷீட்டை இடுப்பில் சுற்றிக்கொண்டு முட்டியை இப்படியும் அப்படியும் நீட்டி மடக்கி, எம்பி எம்பிக் குதித்தார்கள். செருப்பும் அப்புறம் பேண்டும் கால் வழியாகக் கீழே நழுவி விழுந்தன. இப்படி லுங்கி பனியனுக்கு மாறும்போதும் பேசுவதை நிறுத்தவே இல்லை. பேச்சா அது? ஷவரில் குளித்துக் கொண்டே பாடுகிறதுபோல் ஒரு சத்தம். எல்லோரும் நல்ல கறுப்பு. பல் மட்டும் வெள்ளை வெளேர். பின்னே இல்லையா? மரத்திலிருந்து பறித்த குச்சியை கரகரவென்று பல்லால் ராவி அறுக்கிற மாதிரி ரொம்ப நேரம் பல் தேய்ப்பார்கள் இவர்கள். அப்புறம் சாப்பாடு. நீர்க்க வேகவைத்து பச்சை மிளகாயும் குடமிளகாயும் தூக்கலான காய்கறிக் கூட்டு, இரண்டு பிரமாண்டமான மலை போல சோறு."

ரயில்வே பஜார் புத்தகத்தில் கிராண்ட் டிரங்க் எக்ஸ்பிரஸ் பற்றிய இங்கிலீஷ்காரன் கட்டுரை எடுத்த எடுப்பிலேயே அதிர வைத்தது. அதற்குப் பத்து நிமிடம் முன்னால்தான் நானும் எம்பிக் குதித்து பேன்டை விழுத்துவிட்டு சங்கு மார்க் லுங்கிக்கு மாறி ஏசி டு டயரில் மேல் பர்த்துக்கு ஏறி இருந்தேன். அங்கே இருந்து கீழே பார்த்தபோது விஜயவாடாவில் நடுராத்திரிக்கு இறங்க வேண்டிய ஆந்திர ஜோடி மேலே ஒருத்தன் இருக்கான் என்ற நினைப்பே இல்லாமல் அவசரமாக அந்நியோன்னியமாகிக் கொண்டிருந்தார்கள். கடைசிப் பக்கத்தைத் திருப்பி கிறுக்கலை இன்னொரு தடவை படித்துவிட்டுக் கண்ணை மூடியதுதான் தெரியும். பொலபொலவென்று விடிந்தபோது ஆந்திரா பார்டருக்கு அந்தப் பக்கம் இருந்தேன். எப்போது எல்லை கடந்தது என்று தெரியவில்லை.

பால் தோரோவைத் திரும்பப் புரட்டினேன். லண்டன் கிங்ஸ் கிராஸ் ஸ்டேஷனில் தொடங்கி பாரீஸ், இஸ்தான்புல், கைபர் கணவாய், லாகூர், தில்லி, சென்னை, ராமேஸ்வரம், இலங்கை என்று முழுக்க ரயில் யாத்திரையாகவே ஊர் சுற்றிய பயண எழுத்தாளர் அவர். கிண்டலைக் கடந்து உள்ளே போனால் வாழ்க்கையை அதன் சகல அபத்தங்களோடும் ரசிக்கிற, சக மனுஷனை நேசிக்க முடிந்த, எந்த சந்தர்ப்பத்திலும் நகைச்சுவை உணர்வை இழக்காத தோரோ தட்டுப்பட்டார். அங்கங்கே கவிதை தெறிக்கும் அழகான ஆங்கிலம் அவருடையது. *'A joss stick was lit. No one said a word. The train passengers looked at the villagers.*

The villagers avered their eyes. The canvas ceiling dropped; the tables were worn shiny; the joss stick filled the room with stinking perfume. The train passengers grew uncomfortable and in their discomfort, took an exaggerated interest in the calendar, the faded colour prints of Shiva and Ganapathi. The lanterns flickered in the dead silence as our shadows leaped on the walls'.

பால் தோரோ புத்தகத்தை முழுக்கப் பாராயணம் செய்து முடித்தபோது குளிர்காலப் பனிமூட்டத்தோடு தில்லி வந்திருந்தது. தோரோவின் எந்தப் புத்தகத்தை அப்புறம் படித்தாலும் அந்தக் குளிர்ச்சியும் சிரிப்பும் கொஞ்சம் கதையும் கோடு போட்டது போல் சோகமும் தட்டுப்படாமல் போகாது. அவர் சென்னை வந்திருக்கிறார் என்று தெரிந்து லேண்ட்மார்க் போவதற்குள் ஆபீஸ் நந்தி மறைத்துவிட்டது. மறுநாள் வழக்கம்போல் இந்து பத்திரிகைப் பேட்டியில் பால் தோரோவை ஒரு மோர்க்குழம்பு பெர்சனாலிட்டி ஆக்கியிருந்தார்கள். அது தோரோ இல்லை, வேறே யாரோ.

சுஜாதா மறைந்தது தோரோ வந்துபோனதற்கு ஒருவாரம் கழித்து. வாத்தியார் உலகம் முழுக்கச் சுற்றி இருந்தாலும், கதையிலும் கட்டுரையிலும் அவ்வப்போது அந்த அனுபவத்தை அளவோடு வெளியிடுவாரே தவிர உட்கார்ந்து பயணக் கட்டுரை என்று எழுதியதாக நினைவு இல்லை. ஆனாலும் பெங்களூர் மார்க்கெட் போனபோதெல்லாம் அங்கே அவர் குறிப்பிட்டபடி 'குல்லா வைத்த ராயர்கள் பூ வாங்கிக் கொண்டிருந்தார்கள்'. தில்லி கரோல்பாக் அஜ்மல்கான் ரோடில் சாயங்கால வேளைகளில், 'குனியும்போது தெரியும் மார்பு வளப்ப ரகசியங்களோடு' திடகாத்திரமான பஞ்சாபி மங்கையர் சாயம் நனைத்த உதடு மினுமினுக்க நடந்து போனார்கள். பாலிகா பஜாரில் வெள்ளைக்காரர்கள் 'அலங்கரித்த ஜிகினாக் குப்பைகளை வாங்க அலைந்து கொண்டிருந்தார்கள்'. அவர் எழுதியபடிக்கு, விமானத்தில் எமர்ஜென்சி வாசல் அருகே இருக்கையில் இருந்து ஏர் ஹோஸ்டஸின் எதிர் சீட் புன்னகையில் குளிர் காய்ந்திருக்கிறேன். நீங்களும்தான்.

பயண இலக்கியம் என்றதும் இதையெல்லாம் கடந்து சட்டென்று ஹைபர்லிங்கில் நினைவு வருவது ஒரு பழைய புத்தகம். போன நூற்றாண்டுத் தொடக்கத்தில் தெற்குச் சீமையிலிருந்து கிளம்பி ஒரு

சமூகத்தைச் சேர்ந்த ஆண்கள் காசிக்கு யாத்திரை போனார்கள். அங்கங்கே ராத்தங்கி, ஏரி, குளம், அருவி, சமுத்திர ஸ்நானம் செய்து, கோவில் தோறும் கும்பிட்டு கடைசியில் காசிக்கும் போய்ச் சேர்ந்து வழிபட்டுவந்த நீண்ட பயணம் அது. போய் வந்தவர்களில் ஒருத்தர் திரும்பி வந்ததும் கைகால் குடைச்சலைப் பொருட்படுத்தாமல், பேப்பரும் பேனாவும் எடுத்து வைத்துக் கொண்டு அக்கறையாக அதைப் பற்றி ஒரு புத்தகமே எழுதியிருக்கிறார். அதில் ஒரு இடத்தில் வருவது (தோராயமாக) இப்படி இருக்கும்:

‘நாங்கள் அந்த ஊருக்குப் போனபோது இருட்டிவிட்டது. சத்திரத்தில் போய்த் தங்கினோம். சாப்பிட்டுவிட்டு உட்கார்ந்தபோது மராத்திய அடியார் கூட்டம் ஒன்று அங்கே வந்து சேர்ந்தது. அத்தனையும் பெண்கள். அப்புறம் நாங்கள் எல்லோரும் அந்தப் பெண்களோடு சேர்ந்து ராத்திரி முழுக்க பஜனை செய்து கொண்டிருந்தோம்”.

எந்த வார்த்தைக்கும் ஓவர்லோடிங் இல்லாமல் ஒரே ஒரு எளிமையான அர்த்ததோடு எழுதியும் பேசியும் வந்த பொற்காலம் அது என்பதால் அப்போது இதைப் படித்தவர்கள் சகஜமாக அடுத்த பக்கத்தைத் திருப்பி இருப்பார்கள்.

நேர்காணல்கள்

எம்.டி.வாசுதேவன் நாயரோடு ஒரு நேர்காணல்

எம்.டி.வாசுதேவன் நாயர். மலையாளிகளின் மனம் கவர்ந்த கதைக்காரர். நீட்டி முழக்கி அவர் பெயரை முழுமையாகச் சொல்லாமல் சும்மா, 'எம்.டி' என்று சுருக்கி அவர்கள் விளிப்பதில் அபிமானமும், 'எங்க ஆளாக்கும்' என்ற பெருமையும் புரியும். ஐம்பது வருடமாக நாவல், நாடகம், சிறுகதை என எழுதி மலையாள இலக்கியத்தில் முக்கிய ஆளுமையாகத் திகழ்கிறவர். திரைக்கதை என்ற கலை இலக்கிய வடிவத்தில் இவர் அளவு தொடர்ந்து சாதனை நிகழ்த்தி வருகிறவர்கள் இல்லை. மத்திய, மாநில சாகித்ய அகாதமி, ஞானபீடம், இன்னும் மலையாள மண்ணின் முக்கியமான இலக்கிய விருதுகள் அனைத்தையும் பெற்ற இலக்கியவாதி. இத்தனை சிறப்போடு, மாத்ருபூமி என்ற பாரம்பரியம் மிக்க தினசரியின் ஆசிரியராக இருந்த ஆற்றல் மிக்க பத்திரிகையாளரும்கூட. எம்.டி என்ற ஆளுமையின் பன்முகப் பரிமாணம் பிரமிக்க வைக்கிற ஒன்று.

எம்.டி. அண்மையில் பாரதி விருது பெற சென்னை வந்திருந்தார். 'தி.நகரில் இருக்கேன்' என்று தொலைபேசியில் விலாசம் சொன்னபோது ஒரு அற்ப சந்தோஷம். எங்க பேட்டை ஆளாக்கும்! பொடிநடையாக எம்.டி இருந்த குப்புசாமி தெருவுக்குப் போய்ச் சேர்ந்தேன்.

அடுக்குமாடிக் கட்டடம். அடுத்த வீட்டுக்காரர் பெயரே தெரியாத கான்கிரீட் காடுகளில் ஒன்று. அடுத்த மாநில எழுத்தாளரை இங்கே எத்தனை பேர் அறிந்திருப்பார்கள்?

வாசலில் மர ஸ்டூலில் ஆரோகணித்திருந்த காவல் தெய்வத்திடம் அடையாளங்களைக் குறிப்பிட்டு விலாவாரியாக விசாரிக்க ஆரம்பிக்கும் முன் 'வாசுதேவன் நாயர் சாரா?' என்று பளிச்சென்று கேட்டார் அவர். ஆச்சரியம் அடங்கும் முன், வாசலுக்கு வந்த ஓர் இளைஞரைக் காட்டி 'இவங்க மாமனாரு தான்' என்று குறு அறிமுகம் வேறே செய்து வைத்தார்.

நான் மலையாளத்தில் அந்த இளைஞரிடம் குலமுறை கிளர்த்தி, வந்த காரியத்தைத் தெரியப்படுத்தியபோது அவர் கொஞ்சம் மிரண்டார். 'சார், நான் தமிழ்தான். வீட்டுலே அவங்க தான் மலையாளம்' என்றார் சிரித்தபடி.

மடிக் கணினியைப் பிரித்து எடுத்து வைத்துக்கொண்டு அறையை நோட்டமிட்டேன். தமிழ் மத்தியதர வர்க்க வீட்டு வரவேற்பறை. இல்லை, இது வித்தியாசமானது என்று அடுத்த வினாடி புரிந்தது. திரை விலக, பலமாகக் கவிந்த பீடிப்புகையோடு, உள்ளே இருந்து மெல்ல நடந்து வந்தார் எம்.டி. நெடிய உருவம். டபிள் முண்டு (எட்டு முழ வேட்டி), ஸ்லாக் ஷர்ட், பட்டை ஃப்ரேம் மூக்குக்கண்ணாடி. கேரள அரசியல்வாதிகளையும், எழுத்தாளர்களையும் ஒரேபடிக்குச் சேர்த்து நான் மனதில் வைத்திருக்கும் ஒற்றை பிம்பத்துக்குக் கொஞ்சம் நெருங்கிய பெர்சனாலிடி.

எம்.டி பீடிக்கட்டை மேஜை மேல் வைத்தார். 'அப்புறம்?' என்று விசாரிக்கிற பார்வை. நான் விட்ட இடத்திலிருந்து பேச்சை ஆரம்பிக்கிறது போல் சுபாவமாக ஆரம்பித்தேன். அந்த நேர்காணல் இதோ -

(எம்.டி எழுதிய முதல் நாவல் 'நாலு கெட்டு'. இந்தியா சுதந்திரம் அடைந்ததற்கு முந்திய காலகட்டத்தில் கேரளத்தின் பசுமை கொழிக்கும் வள்ளுவநாட்டுப் பகுதியில் ஒரு பழைய நாலு கெட்டு மனையின் - நாலு பிரிவு கொண்ட வீடு நிகழும் கதை அது. வயதான நம்பூத்ரிக்கு வாழ்க்கைப்பட்டு அந்த நாலுகட்டு வீட்டில் வாழப் புகுந்த யசோதராவின் கதையைச் சொல்கிற

நாவலில் அப்புண்ணி ஒரு முக்கிய கதாபாத்திரம். அப்புண்ணியின் பார்வையில்தான் கதை நகர்கிறது.)

1) நான்: எம்.டி.சார். முதல் கேள்வியை நான் கேட்கலே. மலையாள எழுத்தாளர் வி.கே.ஸ்ரீராமன் உங்கள் நாலுகெட்டு கதாநாயகி யசோதராவை பேட்டி கண்டு 'வேரிட்ட காழ்ச்சகள்' புத்தகத்தில் எழுதியிருக்கிறாரே, அதில் அவர் சொல்கிறார் - 'எம்.டியை சந்தித்தால் நான் கேட்க விரும்பும் கேள்வி என்ன என்றால், ஏன் நாலு கெட்டு நாவலில் யசோதரா பெயரை அப்படியே பயன்படுத்திக் கொண்டு உங்கள் பெயரை மட்டும் அப்புண்ணி என்று மாற்றிவிட்டீர்கள்'?

எம்.டி: அது உண்மையில்லை. அவர் எந்த யசோதராவை சந்தித்தார் என்று தெரியவில்லை. நாலு கெட்டு ஒரு நாவல். நான் பிறந்த வள்ளுவநாட்டுப் பிரதேசத்தின், என் வீட்டுச் சூழலின், என் இளமைப் பிராயத்தின் நினைவுகளைத் தொட்டுத் தொடர்ந்து செல்லும் புதினம். அதில் எல்லா பாத்திரமாகவும் நான் என்னை உணர்கிறேன். அப்புண்ணியும் நான்தான். யசோதராவும் நான் தான். மற்றவர்கள் எல்லாரும்கூட நான்தான். அவர்கள் யாருமே நான் இல்லை என்பதும் உண்மைதான். நிறையக் கற்பனையும் ஓர் இழை நிஜமும், இழை பிரித்து அறிய முடியாதபடி பின்னிப் பிணைந்த அற்புத உலகம் இல்லையா கதையும் காவியமும்?

2) நான்: யசோதரா இத்தனை காலம் அந்தப் பழைய மனையில் தனியாக வசித்துவிட்டு இனியும் அதில் இருக்க முடியாத சிதிலமடைந்த நிலையில் வெளியே ஒரு சிறிய வீட்டுக்குக் குடிபெயர்ந்ததாக சில மாதங்கள் முன்னால் மாத்ருபூமி தினசரியில் செய்தி வந்திருந்ததே. படிச்சீங்களா சார்?

எம்.டி: அப்படியா? பார்த்த நினைவு இல்லையே. வந்திருந்தாலும் அது சரியான வார்த்தை இல்லை. யசோதரா என் மற்ற கதாபாத்திரங்களைப் போல் அந்தக் கதையில் மட்டும் உலவிப் போன ஒரு பெண்மணி. அவள் வயதான நம்பூதிரியை மணந்து இளம் பெண்ணாக அடி எடுத்து வைத்த வீட்டில் இத்தனை வருடம் தனியாக இருந்தாள், இடிந்து சிதிலமடைந்து இனியும் இருக்கத் தகுதியில்லை என்ற நிலை ஏற்பட்டதும் அந்தப் பழைய மனையை விட்டுக் குடி பெயர்ந்தாள் என்பதெல்லாம் எனக்கு சுவாரசியம் தரும் செய்திகள் இல்லை. நாலுகெட்டு

கதாபாத்திரங்களை ஆழமாக நேசிக்கிறவர்கள் இன்னும் இருப்பதாகவே நான் இதிலிருந்து புரிந்து கொள்கிறேன்.

3) நான்: மலையாள மொழியில் சிறுகதை, நாவல், நாடகம் என்று ஏகப்பட்ட விருதுகள் ஆண்டு தோறும் படைப்பாளிகளுக்கு அளிக்கப்படுகின்றன. யாராவது எழுத்தாளர் காலம் சென்றால் உடனே அவர் பெயரில் ஒரு நினைவுப் பரிசு ஏற்படுத்தப்பட்டு விடுவது சர்வ சாதாராணமாக நிகழும் ஒன்றாகும். 'இனிமேல் எந்த மலையாள எழுத்தாளரும் ஒரு பரிசுகூட வாங்க முடியாமல் இறக்க முடியாது' என்று கூட சமீபத்தில் ஒரு மலையாள விமர்சகர் நகைச்சுவையாகக் குறிப்பிட்டார். இலக்கியத்துக்கு அங்கீகாரம் வேண்டியதுதான். அதுக்காக இப்படியா?

எம்.டி.: மலையாள மொழியில் சிறுகதை, நாவல், நாடகம் என்று ஏகப்பட்ட விருதுகள் ஆண்டு தோறும் படைப்பாளிகளுக்கு வழங்கப்படுகின்றன. நவீன இலக்கியத்துக்கான நிறைய விருதுகள் கேரளத்தில் இருக்கின்றன என்பது உண்மைதான். எழுத்தை ஊக்குவிக்க அங்கங்கே தனித்தும் குழுவாக அமைத்தும் செய்யப்படும் முயற்சிகள் இவை. ஒவ்வொரு விருதும் ஒவ்வொரு மாதிரி.

நானே மூன்று முறை கேரள சாகித்ய அகாதமி விருது வாங்கியிருக்கிறேன். ஆனாலும் ஒவ்வொரு விதமான இலக்கியப் படைப்பாக்கத்துக்காக என்பதை மகிழ்ச்சியோடு திரும்பிப் பார்க்கிறேன். பரிசு பெற்ற 'நாலுகெட்டு' நாவல். 'சுவர்க்கம் துறக்குன்னு' சிறுகதைத் தொகுப்பு. அதேபோல, இன்னொரு சாகித்ய அகாதமி பரிசு பெற்ற ' கோபுர நடையில்', நான் எழுதிய நாடகம்.

இதில் நாலுகெட்டு எனக்கு விசேஷமானது. கிட்டத்தட்ட ஐம்பது வருடம் முன்னால் எழுதிய என் முதல் நாவல். முதல் படைப்புக்கு அங்கீகாரம் கிடைத்த ஆரம்ப எழுத்தாளனுக்கு ஏற்படும் மகிழ்ச்சிதான் எனக்கும் அப்போது. அந்த விருது கிடைத்திருக்காவிட்டாலும் தொடர்ந்து எழுதிக்கொண்டே தான் இருந்திருப்பேன். மத்திய சாகித்ய அகாதமி, ஞானபீடம் என்று எல்லா விருதுகளையும் பற்றிக்கூட என் நிலைப்பாடு இதுதான்.

விருதுக்காக எந்த எழுத்தாளரும் எழுதுவதும் இல்லை. எழுதப்

போவதுமில்லை. ஆனால் நல்ல இலக்கியம் என்று இனம் கண்டு பாராட்டப்படும்போது ஏற்படும் மகிழ்ச்சி தனியானது. பொருளாதார ரீதியில் இல்லாமல் எழுத்தை இன்னொரு தளத்தில் கௌரவிக்கும் இம்மாதிரி முயற்சிகளை தாராளமாக வரவேற்கலாமே.

4) நான்: சாதாரணமாக எல்லா மொழியிலும் கவிதை எழுத ஆரம்பித்து உரைநடைக்குப் போகிறதுதான் சாதாரணமாக நடப்பது. ஆனால், நீங்கள் நேரடியாக உரைநடைக்கு வந்து விட்டீர்களே?

எம்.டி.: அதென்ன அப்படிக் கேட்டுட்டீங்க? கவிதை எழுதாமல் உரைநடைக்குள் ரைட் ராயலாக நுழைந்த ஒரு எழுத்தாளன் உண்டா இந்த உலகத்தில்? நானும் கவிதை எழுதிப் பழகிவிட்டுத்தான் கதை சொல்ல வந்தவன். என்ன, கல்லூரியில் படிக்கும்போதே எனக்குள் இருந்த கவிஞன் விடைபெற்றுப் போய்விட்டான், அவ்வளவே.

5) நான்: நீங்கள் மலையாள மகாகவி துஞ்சன் நம்பியாரின் மரபு இலக்கியத்தோடு தொடர்பு உள்ள நவீன இலக்கியவாதி. துஞ்சன் பற்றி சொல்லுங்களேன். அவர் தான் மலையாளத்தில் முதல்முதலாக 51 எழுத்து மலையாள எழுத்துமுறையைக் கொண்டு வந்தாராமே? அதற்கு முன் 30 அட்சர வட்டெழுத்து லிபிதான் எழுதப் பயன்படுத்தப்பட்டது என்கிறார்களே?

எம்.டி.: துஞ்சன் ஸ்மாரகம் (நினைவு இயக்கம்) தலைமைப் பொறுப்பில் நான் இருக்கிறேன். மலையாள இலக்கியத்தை மக்கள் இலக்கியம் ஆக்கிய முதல் படைப்பாளி துஞ்சன். அதுதான் முக்கியமே தவிர அவர் வட்டெழுத்தில் எழுதினாரா, மலையாள லிபியில் முதல்முறையாகக் காவியம் எழுதினாரா என்பதில்லை. பண்டிதர்கள் மட்டும் படித்து அனுபவிக்கும் கடினமான நடையில் அமைந்தது துஞ்சன் காலத்துக்கு முற்பட்ட அத்யாத்ம ராமாயணம். அதை யார் எழுதியது என்று இன்னும் உறுதியாகத் தெரியவில்லை என்பது குறிப்பிடத்தக்கது. மொழி கடினமாக இருந்தாலும் இந்த தேசத்தின் ஒவ்வொரு குடிமகனும் குழந்தை பிராயத்தில் இருந்து அறிந்து அனுபவித்து ஆழ்ந்த ராமாயணக் கதையை மக்கள் இலக்கிய வடிவமான கிளிப்பாட்டு உருவில் படைத்தார் துஞ்சன். வால்மீகியையும் அத்யாத்ம ராமாயணத்தையும் ஆழ்ந்து கற்ற அவர்

அவற்றின் சாரத்தை மட்டும் எடுத்துக்கொண்டார். மலையாள மண்ணுக்கே உரிய மணத்தோடும் வனப்போடும் இங்கே முழங்கிய இசை வடிவாக ராமாயணத்தை எழுதினார் அவர். வால்மீகியை விட்டு நிறையவே விலகிப் போயிருக்கிறார் துஞ்சன். ஆனால் என்ன, மகா காவியத்தை காவியச் சுவை கெடாமல் மேலும் மெருகிட்டு மக்கள் காவியமாக்கும் முயற்சி இல்லையா அது? மகாபாரதத்தையும் கிளிப்பாட்டு ஆக்கியிருக்கிற மகாகவி அவர். கிளிப்பாட்டு கேட்டிருக்கிறீர்களா? கும்மி மாதிரி.

(பாடிக் காட்டுகிறார். 76 வயதிலும் நடுங்காத குரல். நாலு வரி பாடி முடித்ததும் ஏதோ கணக்கு வைத்துக் கொண்டது போல் சட்டென்று நிறுத்தி இன்னொரு பீடி பற்ற வைத்துக் கொள்கிறார்.

கும்மி தமிழாச்சே? 'கும்மியடி பெண்ணே, தமிழ்நாடு முழுதும் குலுங்கிடக் கைகொட்டிக் கும்மியடி' நான் பாரதியின் விடுதலைக் கும்மியைப் பாட முயற்சி செய்ய 'அதேதான், கொடுந்தமிழ் தானே மலையாளம். அங்கேயும் கும்மி கும்மி தான்' என்றபடி பீடிப்புகையை இழுத்து ஒரு வினாடி அந்த சுகத்தை அனுபவிக்கிறார்).

பதினைந்தாம் நூற்றாண்டில் வடமொழியாக்கம் மலையாள மொழியை வெகுவாகப் பாதித்திருக்கலாம். ஆனால், துஞ்சன் போன்ற மக்கள் கவிஞர்கள் மொழியை மீட்டெடுத்து வந்து அதைப் பேசிப் பழகும் பொது மக்களின் நாவிலும் மனதிலும் திரும்ப இருத்தியவர்கள். காலப் போக்கில் மொழிவளர்ச்சியில் இது போன்று பாதிப்புகள் ஏற்பட்டு விலகுவதும் மொழி செம்மைப் படுவதும் இயல்பானதுதான்.

6) நான்: சார், கொஞ்சம் சினிமா பற்றி சம்சாரிக்கலாம். 1964-ல் வெளியான மலையாளப் படமான 'முறைப்பெண்ணு'வில் நீங்கள் திரைக்கதை-வசனகர்த்தாவாக திரையுலகில் அடியெடுத்து வைத்தீர்கள். சமீபத்தில் வெளியாகி வெற்றி நடை போடும் பழசிராஜா வரை கிட்டத்தட்ட அறுபது படங்களுக்கு கதை, வசனம் எழுதியதோடு சிலவற்றை இயக்கியும் இருக்கிறீர்கள். இந்த 45 வருஷத்தில் மலையாள சினிமாவில் ஏற்பட்ட முன்னேற்றம், பின்னடைவு என்று ஏதாவது உங்களுக்கு மனதில் படுகிறதா?

எனக்கு ஒரு வித்தியாசமும் தெரியலே. அந்தக் காலத்தில் எழுதியது போல் கதையைக் காட்சிகளாக முழு உருவத்தை மனதில் வரைந்து கொண்டு அதை மெல்ல விரிவாக்கி நகர்த்திப் போகிற திரைக்கதை அமைப்பைத்தான் இப்போதும் செய்து கொண்டிருக்கிறேன். எல்லாப் படைப்புக்குமே அடிப்படை அது குறித்த ஆய்வும், அறிவுத் தேடலும். எந்தக் காலத்திலும் இது தேவையில்லாமல் போகாது.

மலையாளப் படங்கள் தொடக்க காலத்தில் அந்தக் காலத் தமிழ்ப் படங்களைப் பின்பற்றி எடுக்கப்பட்டவை. இசையும் உரையாடலுமான பாணி அது. பார்சி நாடக மேடை தமிழ் நாடகமாகி அதன் பின் தமிழ்ப் படங்களில் புகுந்ததன் பாதிப்பு மலையாளத்திலும் தூக்கலாக இருந்தது. அப்புறம் பழைய திரைப்படங்களில் பக்கம் பக்கமாக வசனம் பேசித் தள்ளினார்கள். ஆனால் நான் முறைப்பெண்ணு திரைக்கதை எழுதும் காலகட்டத்தில் மலையாள சினிமா தமிழ் சினிமா பாதிப்பில் இருந்து விலகி, மெல்ல மெல்ல மலையாள மண்ணின் கலைவடிவமாகிக் கொண்டிருந்தது. சாதாரண மக்களின் அன்றாட வாழ்க்கையைப் பிரதிபலிக்கும் மலையாள சினிமா திரைக்கதை அமைப்பில் உரையாடல் இயல்பாக, குறைச்சலாகத்தான் இருக்கும். இது இன்று புதுசாக ஏற்பட்டதில்லை.

7) நான்: 1973-ல் நீங்கள் தேசிய அளவில் அங்கீகாரம் பெற்று பரவலாகப் பேசப்பட்ட 'நிர்மால்யம்' திரைப்படத்தை இயக்கினீர்கள். 'பள்ளிவாளும் கால்சிலம்பும்' என்ற நீண்ட கதையை எழுதிய எம்.டியும், அதன் அடிப்படையில் 'நிர்மால்யத்தை' இயக்கிய எம்.டியும் மனதளவில் ஒருவர்தானா?

'பள்ளிவாளும் கால்சிலம்பும்' எழுதிய எம்.டி. கிராமத்து மனிதன். கிராமத்து மனிதர்களை, கிராம தேவதைகளை, கோவில்களை, கோவில் பணிக்காரனான வெளிச்சப்பாட்டை (சாமியாடி) பார்த்துப் பழகியவன். சாமியாடியை கோவில் உற்சவ காலத்தில் மட்டும் உயர்ந்த பீடத்தில் இருத்தி ஊரே வழிபடும். வருடத்தில் நாலு நாள் இப்படிக் கும்பிட்டு விழுந்து வணங்கி காணிக்கை கொடுத்துவிட்டு மற்ற நாட்களில் அவனை ஏறெடுத்தும் கூடப் பார்க்காது போவது வழக்கம். இருந்தானா, செத்தானா, அவனுடைய குடும்பம் வறுமையில் வாடியதா, குழந்தைகளின்

பசியைப் போக்க அந்த அப்பாவி என்ன செய்கிறான் என்பவற்றைப் பற்றிக் கவலைப்பட தேவி பகவதி இருக்கிறாளே. ஊர் மக்களுக்கு ஆயிரம் கவலை. இதுவும் கூடி என்னத்துக்கு அவர்களுக்கு? அப்படித்தான் பொதுவான மனநிலை.

சாமியாடியும் கடவுளை மனசார நம்புகிறவன். பகவதியை தனக்காக வழிபடுவதைவிட ஊருக்காக வழிபடுகிறவன். விரதம் இருந்து சந்நதம் வந்து வாள் எடுத்துக் கையில் பிடித்துச் சலங்கை ஒலிக்க ஆடி, நாடும் வீடும் சிறக்க, தோஷம் தீரப் பரிகாரம் சொல்வான். அதில் நிறைய சந்தோஷமும் காணிக்கையாகக் கொஞ்சம் வருமானமும் பெறுகிறவன் அவன். வெளிச்சப்பாட்டின் வாழ்க்கை நசித்துப் போகிறபோது அவன் நம்பி வணங்கி வாழ்த்திப் பாடிய பகவதி அம்மை மேல் அவனுக்குக் கோபம் வருகிறது. இது தான் எம்.டி என்ற எழுத்தாளன் எழுதியது. அதை இயக்கிய எம்.டி என்ற திரைப்பட இயக்குனர் அந்த சாமியாடியைத் தேடி அலைந்து அற்புதமான நடிகரான பி.ஜே.ஆண்டனியில் அவனைக் கண்டார். கவியூர் பொன்னம்மா வெளிச்சப்பாட்டின் மனைவியாக, குழந்தைகளின் பட்டினியைக் காணச் சகிக்காமல் நெறி தவறி அவர்களின் பசி போக்குகிற அன்னையாக நடிக்க வந்தார். எம்.டி எழுதிய படிக்கு, எம்.டி பார்த்த படிக்கு, கற்பனை செய்தபடிக்கு நிர்மால்யம் அமைய அந்த அற்புதமான நடிகர்களும், தொழில் நுட்பக் கலைஞர்களும் முக்கிய காரணம். எழுத்தின் நீட்சியாக அதன் திரையாக்கம் அமைந்ததாகவே எனக்குப் படுகிறது.

8) நான்: நிர்மால்யம் படத்தின் கடைசிக் காட்சியில் வெளிச்சப்பாடு நடனமாடியபடி தன்னையே வாளால் குத்திக் கொண்டு வாயில் கொப்பளித்து ஊறும் ரத்தத்தை தேவி விக்கிரகத்தின் முகத்தில் உமிழ்ந்து உயிரை விடும் காட்சி வருகிறதே. இறக்கும்போது வெளிச்சப்பாடு தெய்வத்தை நம்பாத நாத்திகனாக மாறியதாக இதைக் கொள்ளலாமா?

எம்.டி.: அப்படி இல்லை. தான் மலை போல நம்பிய ஒருத்தர் தன்னைக் கைவிட்ட கோபம் அது. எங்கள் ஊரில் ஒரு சாமியாடி இருந்ததாகச் சொன்னேனே. அவன் சாதாரணமாகப் பேசும்போது 'ஆத்தா கிட்டே கேட்டேன் வாசு. அவளுக்குக் கோபம் போல இருக்கு. எதுக்கும் நீ அந்தப் பக்கம் போனா அந்தப் பொம்பளைக்கு ஒரு கும்பிடு போட்டுட்டுப் போ. பாவம் அதுக்கும் யாரு இருக்கா?'

என்று என்னிடம் சொல்லியிருக்கிறான். பகவதி அம்மன் பெயரைச் சொல்லி ஒரு கைப்பிடி நீரை மேலே அள்ளித் தெளித்தால் நோய் எல்லாம் போய்விடும் என்று உள்ளபடிக்கே நம்பியவன் அவன். சக மனிதர்கள் போல தினசரி நெருங்கி உறவாடி உரையாடும் பகவதி அம்மையும் அவனுக்கு வாழ்க்கையில் ஒரு அம்சம். தெய்வாம்சம் எல்லாம் அதுக்கு அப்புறம்.

9) நான்: மலையாளத்தின் பாரம்பரிய வரலாற்று புனைவுகளில் கொடியவனாகச் சித்தரிக்கப்படும் ‘சதியன்’ சந்துவைக் கதாநாயகனாக்கி ஏழெட்டு வருஷம் முன்பு, ‘ஒரு வடக்கன் வீரகாதை’ திரைக்கதை உருவாக்கினீர்கள். இப்போது நீங்கள் திரைக்கதை அமைத்த ‘பழசிராஜா’வில் இன்னொரு சந்து வருகிறான். பழையம்வீடன் சந்து. வெள்ளைக்காரனுக்கு வால் பிடித்ததாகக் காட்டியிருக்கிறீர்களே இந்தச் சந்துவை? அவனும் வேறு மாதிரி இருந்திருக்கலாம் இல்லையா?

எம்.டி.: கொலைக்கும் துணிந்த சதியன் சந்து பணிக்கர் என்ற கற்பிதம் வடக்கு கேரளப் பிரதேசத்தில் வழங்கும் வடக்கன்பாட்டு கிராமிய இசை வடிவில் இல்லை. மலையாள மண் இன்னும் போற்றிப் புகழும் ஆரோமல் உண்ணி போல் அவனும் வடக்கன் பாட்டுகளின்படி ஒரு வீரன்தான். 50-60களின் மலையாள சினிமா சரித்திரப் புனைவுகளைத் தொட்டுப் பார்க்க முயற்சி செய்த போது சந்து சதிகாரன் என்ற பொய் கட்டிச் சமைக்கப்பட்டது. வடக்கன் வீரகாதை படத்தில் நான் சித்தரித்த சந்து சூழ்நிலையால் குற்றவாளி ஆக்கப்பட்ட ஒரு வீரன். இப்போது பழசிராஜா படத்தில் வரும் பழையம்வீடன் சந்து ஆங்கிலேயருக்குத் துணை போனவன் என்பது தொன்மமில்லை. புனைவுமில்லை. வரலாறு. ஆவணப்படுத்தப்பட்டது.

10) நான்: உங்கள் படமான ‘பரிணயம்’, கேரளத்தில் பரபரப்பு சிருஷ்டித்த ‘குறியேடத்து தாத்ரிகுட்டி’ சம்பவங்களை அடிப்படையாகக் கொண்டது இல்லையா?

ஆமாம். நம்பூத்ரி சமுதாயத்தைச் சேர்ந்த குறியேடத்து தாத்ரிகுட்டியின் வாழ்க்கை சம்பவங்களுடைய பாதிப்பு பரிணயம் படத்தில் உண்டு. போன நூற்றாண்டு தொடக்கத்தில், நம்பூதிரி பிரிவினரை மட்டுமில்லாமல் கேரளத்தில் பொதுவாகப் பெண்ணை ஆணாதிக்க சமுதாயம் நடத்துவதை மறு பரிசீலனை செய்ய

வைத்த நிகழ்வு அது. நம்பூத்ரி இனப் பெண் பிறழ்ந்து போக நேர்ந்த சூழ்நிலையைக் கவனமாகப் பரிசீலனை செய்யும் முயற்சி 'பரிணயம்'.

11) நான்: மாடம்பு குஞ்ஞுகுட்டன் கூட அது குறித்து ப்ரஷ்டு என்ற நாவல் எழுதியிருக்கிறார் இல்லையா? அவருடைய பூர்வீக இல்லமான மாடம்பு மனையின் அடுதிரிப்பாடு தானே தாத்ரிக்குட்டியை ஸ்மார்த்த விசாரம் (சமூக விசாரணை) செய்ய நியமிக்கப்பட்டவர்?

எம்.டி.: மாடம்பு மனை அடுதிரிப்பாடு விசாரணைக் கமிஷன் உறுப்பினர். அவ்வளவே.

12) நான்: எப்போதும் உங்கள் கதைகளையே திரைப்படமாக்கும் நீங்கள் 'செறு புஞ்சிரி' படத்தை, தெலுங்கு எழுத்தாளர் ஸ்ரிராமன் எழுதிய 'மிதுனம்' சிறுகதையை அடிப்படையாகக் கொண்டு உருவாக்கியிருக்கியது ஏன்?

அந்தச் சிறுகதை என்னை மிகவும் கவர்ந்தது. வயதான தம்பதியர் ஒருவர் மேல் ஒருவர் வைத்திருக்கும் ஆழமான காதலை மென்மையாகச் சொல்லும் கதை. அதுபோல் வேறு மொழிக் கதைகள் கிடைத்தால் மலையாளத் திரைப்படமாக்கத் தடையேதும் இல்லை. யார், எந்த மொழி என்பது முக்கியமில்லை, நல்ல கதை எங்கேயும் எப்போதும் நல்ல கதைதான்.

13) நான்: நீங்களோ ஒரு முற்போக்கு இலக்கியவாதி. ஆனாலும் உங்களின் முக்கியப் படைப்புகளான 'ரெண்டாம் ஊழம்' (நாவல்), 'வைசாலி' (திரைக்கதை), 'பெருந்தச்சன்' (திரைக்கதை) போன்றவற்றில் இதிகாசம் மற்றும் தொன்மத்தின் பாதிப்பு இருக்கிறதே.

ரெண்டாம் ஊழம், வைசாலி இந்த இரண்டுமே மகாபாரதம் என்ற இதிகாசத்தை சற்றே மாறுபட்ட பார்வையில் நோக்கிய படைப்புகள். ரெண்டாம் ஊழம் பீமனின் பார்வையில் மகாபாரதம். வைசாலி மகாபாரதத்தில் ஒரு கிளைக்கதையை தற்கால சூழலுக்குப் பொருத்திப் பார்ப்பது. எக்காலத்திலும் பெண்ணை போகப் பொருளாக உபயோகப்படுத்தி விட்டு காரியம் முடிந்ததும் தூக்கி எறிகிற போக்கை கோடிட்டுக் காட்டிய திரைக்கதை அது. பெருந்தச்சன் கர்ண பரம்பரைக் கதை. தச்சுக்

கலைத் திறமையில் சொந்த மகனையே முந்தவிடாத கலா கர்வமும் பொறாமையும் கொண்ட வித்தியாசமான அந்தக் கலைஞன் உருவாக்கியதென்று பன்றியூர் அம்பலத்தில் (கோவில்) இன்றைக்கும் ஒரு பெரிய மண்டபத்தைக் காட்டுகிறார்கள். அந்த வாய்வழிச் செய்திக்கு காட்சி உருவம் கொடுத்தது பெருந்தச்சன் திரைக்கதை. புராணத்தில் நம்பிக்கை வைப்பதற்கும் வைக்காததற்கும் இந்தக் கற்பனை நீட்சிகளுக்கும் தொடர்பு இல்லை.

14) நான்: உங்கள் நாலுகெட்டு, ருதுபேதம் (திரைக்கதை) இரண்டுமே நாயர் சமுதாயம் மரபு சார்ந்த கட்டுக்கோப்பில் இருந்து விலகி பெரும் சமூக மாற்றம் ஏற்பட்ட காலகட்டத்தைச் சித்திரிப்பவை. மருக்கத்தாயம் (மகனுக்கு இல்லாமல் மருமகனுக்குப் பரம்பரை சொத்து உரிமையாவது) ஒழிப்பு, விமோசன சமரம் போன்ற சரித்திர நிகழ்வுகள் ஏற்பட்ட போன நூற்றாண்டில், இந்தப் படைப்புகளில் சித்திரிக்கப்படும் பிரச்னைகள் நடைமுறை வாழ்க்கையோடு ஒத்திசைந்திருக்கலாம். அவை தற்காலத்துக்குப் பொருத்தமானவை என்று சொல்ல முடியாதல்லவா?

சரிதான். அறுபதுகளின் சமூகத்தில் அந்தப் பழைய கேரளத் தனிமையை ஆத்மார்த்தமாக அனுபவித்த ஏராளமானவர்கள் இருந்தார்கள். அவர்களுக்குச் சொல்லப்பட்ட கதைகள் அவை எல்லாம். இப்போதைய தலைமுறைக்கு இது அந்நியமான சங்கதி.

நாலுகெட்டும் எட்டுக் கெட்டும் எல்லாம் இப்போது கேரளத்தில் அபூர்வம். பழைய கட்டிடங்களை இடித்துப் பொளித்து புதுசு புதுசாக ஏதோ கட்டி எழுப்பிக் கொண்டிருக்கிறார்கள். கூடலூரில் நான் பிறந்த நாலு கெட்டு மனையில் சுற்றுப் பகுதியை இரண்டு புறமும் இடித்துவிட்டு மத்தியப் பகுதியை மட்டும் அப்படியே விட்டுவிட்டு மாற்றியமைத்துக் கட்டிவிட்டார்கள். என்னமோ போல இருக்கிறது. யாரையும் குறை சொல்ல முடியாது. கூட்டுக் குடும்பக் கலாசாரம் இப்போது கேரளத்தில் மட்டுமில்லை. இந்தியா முழுக்கவே மறைந்துவருகிறது. மாறுதல்தானே நியதி?

(நான் தமிழ்நாட்டில் சிவகங்கை மாவட்டம் செட்டிநாடு பகுதியில் நகரத்தார் சமூகப் பெரும் இல்லங்கள் இன்னும் அதே பொலிவுடன் இருப்பதைச் சொல்கிறேன். ஓ, அதை எல்லாம் போய்ப் பார்த்திருக்கிறேனே என்கிறார் எம்.டி. தமிழகம் பற்றி

அவருக்கு நுணுக்கமாகத் தெரிந்திருக்கிறது. இந்த மண்ணோடு அறுபது வருடப் பழக்கம் இல்லையா!)

15) பழசிராஜா படத்துக்கு கவிஞர் ஓ.என்.வி எழுதிய கானங்கள் உணர்வுபூர்வமான சூழலைப் பிரதிபலிக்கவில்லை என்று இசையமைத்த இளையராஜா சொல்லி இருக்கிறாரே?

எம்.டி.:திரைக்கதை ஆசிரியன் என்ற முறையில் படத்தில் எந்தக் காட்சி எப்படி வரவேண்டும் என்றுதான் நான் எழுதுவேனே தவிர பாடல், இசை என்று சகலமானதிலும் தலையிடுவதில்லை. அது திரைக்கதாசிரியருக்கோ வசனகர்த்தாவுக்கோ தேவையில்லாத ஒன்று. எனக்கு ஓ.என்.வி, இளையராஜா இருவர் மேலும் மதிப்பு உண்டு.

16) 1957-ல் மாத்ருபூமி உதவி ஆசிரியராகப் பணி புரிய ஆரம்பித்து, 1999-ல் அந்தப் பத்திரிகை ஆசிரியராக ஓய்வு பெற்றவர் என்ற வகையில் அனுபவம் மிகுந்த பத்திரிகையாளரும் கூட நீங்கள். மலையாள இதழியல் இன்னும் பால பருவத்திலேயே இருப்பதாக எனக்கு ஒரு தோணல்....

இதற்கு சிரிப்பையே பதிலாகத் தருகிறார் எம்.டி. நான் என் கம்ப்யூட்டர் கான்வாஸ் பையில் இருந்து ஒரு மலையாள தினசரியை எடுத்து அதன் நாலாம் பக்கத்தில் 'குருவாயூரில் குட்டி கொம்பன் மேல் தெங்கு வீணு; கொம்பிளகி' (குருவாயூரில் குட்டி யானை மேல் தேங்காய் விழுந்து கொம்பு முறிவு) செய்தியைப் படிக்கிறேன். சிரிக்கிறார்.

தினசரியை மடக்கி தினசரியின் முதல் பக்கத்து செய்தியைக் காட்டுகிறேன். 'அடடா, மராட்டி கவிஞர் திலீப் சித்ரே இறந்து போய்ட்டாரா?' எம்.டி பதற்றத்தோடு பத்திரிகையைக் கையில் வாங்கிப் படிக்கிறார். 'இங்கிலீஷ் பத்திரிகையிலேகூட வரலியே' என்று முணுமுணுக்கிறார். 'தமிழிலும் இதெல்லாம் போட மாட்டாங்க சார்' என்கிறேன். 'திலீப் எனக்கு நல்ல நண்பர். அருமையான கவிஞர், எழுத்தாளர், அற்புதமான நண்பர்'.

எம்.டியின் கண்கள் தொலைவில் நோக்குகின்றன. மெல்ல அடுத்த பீடியைக் கட்டில் இருந்து உருவி எடுத்துப் பற்றவைத்துக் கொள்கிறார். சந்தோஷமோ துக்கமோ அவருக்குத் துணையாக பீடி உண்டு.

17) சார், நீங்கள் கர்னாடக சங்கீதத்தை ரசிக்க மாட்டீர்கள் இல்லையா? இசைமேதை எம்.டி.ராமநாதனைப் பற்றி நீங்கள் சொன்னதாக ஆறேழு மாதம் முன்பு மலையாளப் பத்திரிகையில் வாசித்த நினைவு – 'எம்.டிராமநாதனை ஒரு இசைமேதையாகப் போற்றிப் புகழ்வது ஏன்? அவருக்கும் மற்ற வித்வான்களுக்கும் என்ன வித்தியாசம் என்று ஒரு பாமரனுக்குச் சொல்லிப் புரிய வைக்க முடியுமோ?' என்று கேட்டீர்களாமே? M.D யாரென்று இப்போதாவது M.T-க்கு மனசிலாயோ?

எம்.டி: நான் சொன்னதைத் தப்பாகப் புரிந்துகொண்டு செய்தியாக்கியதின் விளைவு இது. எனக்கு சங்கீதம் பிடிக்காது அல்லது எம்.டி.ராமநாதனைப் பிடிக்காது என்றா சொன்னேன்? அவர் பாடியது அற்புதமான சங்கீதம் என்று இங்கே இசை ரசிகர்கள் – கேரளத்தில் நிறையப் பேர் அவருக்கு விசிறிகள் – சொல்கிறார்களே, அதைக் கேட்கும்போது, எந்த மாதிரி வித்தியாசமானது அவர் சங்கீதம் என்று தெரிந்துகொள்கிற ஆர்வத்தில்தான் கேட்டேன். ஆர்வத்தோடு எதையாவது புரிந்துகொள்ள முயலும்போது அட்டாக் செய்கிறதாக ஏன் நினைக்கணும்? நான் இசை, நடனத்துக்கு விரோதியா என்ன?

(எம்.டி தன் குடும்பம் பற்றிச் சொல்கிறார் அவர் மனைவி நாட்டியம் பயின்று ஆடி வந்தவர். மகள் மகா கவிஞர் வள்ளத்தோல் நிறுவிய கேரள கலாமண்டலத்தில் நாட்டியம் பயின்று ஆடி வருகிறவர். அவர் காதலித்துக் கைபிடித்த தமிழர் ஸ்ரீகாந்த், பத்மா சுப்ரமண்யத்தின் நாட்டியக் குழுவில் முதன்மையான ஆட்டக் கலைஞர்)

18) உங்களுக்கு கோழிக்கோடு பல்கலைக் கழகம் 1996-ல் டாக்டர் பட்டம் கொடுத்திருக்கிறது. 2005-ல் மத்திய அரசின் பத்மபூஷன் விருதும் பெற்றவர் நீங்கள். ஆனாலும் எந்தப் பட்டத்தையும் பெயருக்கு முன்னால் போடாமல் எப்போதும் வெறும் 'எம்.டி'யாகவே இருக்கிறீர்களே?

விருதுகள் பற்றிச் சொன்ன பதில்தான் இதுக்கும்.

(சிரிக்கிறார். அடுத்த பீடி கட்டில் இருந்து விடுபடுகிறது)

19) பிரபல ஓவியர் எம்.வி.தேவன் கலாகௌமுதி பத்திரிகையில் உங்களைப் பற்றி பேட்டியில் அவமரியாதையாகச்

சொல்லியிருந்ததற்காக அவர் மேல் வழக்கு தொடர்ந்தீர்களே. 2002-ல் தானே அது?

எம்.டி (சிரித்தபடி): நேற்றுதான் தேவனோடு தொலைபேசிக் கொண்டிருந்தேன்.

20) எம்.டி கூடலூர் ஸ்வதேசி அல்லே. வள்ளுவநாட்டில் ஜனிச்சு நிளாநதியில் குளிச்சொருங்கி கொடிக்குன்னு பகவதியெ தொழுது குமாரநல்லூர் ஸ்கூலிலேக்கு நடக்கும் குட்டி கால ஜீவிதம் திரிச்சு கிட்டியால் சார் அது ஆஸ்வதிக்குமோ?

(நீங்க கூடலூர்காரர் இல்லே? வள்ளுவநாடு பிரதேசத்தில் பிறந்து பாரதப்புழையில் குளித்து, கொடிக்குன்னு பகவதி கோவிலில் தொழுது, குமாரநல்லூர் பள்ளிக்கூடத்தில் படிக்கும் குழந்தைப் பருவம் உங்களுக்குத் திரும்பவும் கிடைத்தால்?)

இது ஒரு ஹைபாதெட்டிகல் கேள்வி ஆச்சே. அந்தக் காலம் போனது போனதுதான். இனி ஒரிக்கலும் திரிச்சு வரான் போகுன்னில்ல.

21) முடிக்கும் முன்னால் ஒரு சம்பிரதாயமான கேள்வி. தமிழ் இலக்கியத்தை மலையாள மண்ணில் எவ்வளவு தெரிந்து வைத்திருக்கிறார்கள்?

தமிழ் வாசகர்களுக்குத் தமிழ் எழுத்தாளர்களைத் தெரிந்த அளவுக்கு மலையாள இலக்கிய ரசிகர்களுக்குத் தமிழ்ப் படைப்புகள் பரிச்சயம் உண்டு என்று மட்டும் சொல்லிக் கொள்கிறேன்.

(ஒரு பீடி புகைத்தபடி நானும் அதேபடி தமிழ் இலக்கிய அன்பர்களுக்கு உள்ள மலையாள இலக்கியப் பரிச்சயம் பற்றிச் சொல்வதாகக் கற்பனை செய்தபடி விடைபெறுகிறேன். எம்.டியின் சிரிப்பும் பீடிப் புகையும் வாசல்வரை வந்து வழி அனுப்புகின்றன).

December 11, 2009

நீல.பத்மநாபனுடன் ஒரு நாள்

நேர்காணல்:
பங்கு பெற்றவர்கள் – கமல் ஹாசன், இரா.முருகன்

கமல் ஹாசன்: ஐயா வணக்கம். ஒரு எழுத்தாளருடைய எழுத்து போக, அவருடைய பல பதிவுகள் தேவையாக இருக்கு. அவர் எப்படி இருப்பார், அவருடைய குரல் எப்படி இருக்கும், எப்படிப் பேசுவார் இப்படி.... வாசகர்கள் போக எழுதணும்னு ஆசை இருக்கறவங்களும் எழுத்தாளரைப் பற்றிப் பல கோணங்களில் பதிவை எதிர்பார்ப்பாங்க. அதுலே ஒரு கோணம் இதுவாக இருக்கும்னு நம்பறேன். அதுக்காகத்தான் வந்திருக்கோம். இரா.முருகன் எழுதுகிறவர். நானும். ரெண்டு பேரும் சேர்ந்து சினிமாவுக்கு எழுதியிருக்கோம். எங்களுக்குப் பேச அருகதை இருக்கும்னு நம்பிக்கையில் இதைச் செய்யறோம். உங்க எழுத்துகளைப் படமாக எடுத்துட்டு இருக்காங்க. எனக்கு அந்தக் களம் தெரிஞ்ச களம். உங்க எழுத்தைப் பற்றி முதல்லே பேச ஆரம்பிக்கறேன். எப்போ எழுத ஆரம்பிச்சீங்க?

நீல.பத்மநாபன் : முதல்லே உங்க முயற்சிக்கு பாராட்டுகளையும் வாழ்த்துகளையும் தெரிவிச்சுக்கறேன். ஒரு எழுத்தாளர் வாழ்ந்த கால கட்டத்தைப் பற்றி வருங்காலத் தலைமுறையில் பல

பேருக்குத் தெரியாது. வருங்காலம்னு கூட இல்லை, சமகாலத் தலைமுறையிலேயேகூட அப்படித்தான். எழுதறவங்க ஏதாவது ஒரு ஊர்லே இருப்பாங்க.... நான்கூட இங்கே, திருவனந்தபுரத்தில் இருக்கேன். சென்னையில் இருக்கக் கூடிய, சமகாலத்திலே எழுதக் கூடிய எழுத்தாளனுக்கு, மற்றும் எங்கேயோ இருக்கக் கூடிய வாசகனுக்கு எப்படி இவர் இருந்தார், பழக்க வழக்கங்கள் என்னன்னு எல்லாம் தெரியாது. அதைப் பதிவு செய்ய நீங்க எடுத்திருக்கறது நல்ல விஷயம். சினிமா உலகத்துலே இருக்கறவங்களுக்கு இதெல்லாம் தோணாது. நீங்க வாசிப்பீங்க. படைப்பாளிகளோடு பழக்கம் இருக்கு. படைப்பாளின்னு சொன்னது ஜனரஞ்சகமாக எழுதக்கூடிய எழுத்தாளர்களை அல்ல. கநாசு, அசோகமித்திரன் போன்ற ஆக்கபூர்வமான படைப்பாளிகளை. என் எழுத்துகளைக்கூட நீங்க படிச்சிருக்கீங்க. நான் பார்த்திருக்கேன். கமல் என்னைப் பத்தி சொல்லும்போது தனித்தன்மை வருது. சினிமாவுக்குன்னு ஒரு சக்தி.

கமல்: அது ஊடகத்தோட பலம்னு நினைக்கறேன்

நீல: ஐயப்ப பணிக்கரோட என்னை இணைச்சு நீங்க சொல்லியிருக்கீங்கன்னு நிறைய நண்பர்கள் சொன்னாங்க... ‘கமல் ஹாசன் உங்களைப் பத்தி சொல்லியிருக்காரே’ என்று விசாரிச்சாங்க.... நான் ஐம்பது வருடமா எழுதிட்டிருந்தாலும் கூட கமல் ஹாசன் வாயிலாக வருவதிலே தனிச் சிறப்புதான்.

கமல்: கருவியாக இருக்கறதுலே மகிழ்ச்சிங்க.

நீல: நீங்க இப்படி ஒரு முயற்சியிலே ஈடுபடறதுக்கு ஒரு வாழ்த்து சொல்லிட்டு உங்க கேள்விக்கு நான் பதில் சொல்றேன்.

என்னைப் பொறுத்த வரையிலே சின்ன வயசிலேயே, இலக்கியப் பாணிகள் எல்லாம் தெரியறதுக்கு முன்னாடியே எழுத்து எனக்குப் பழகியது. காரணம் கேட்டால் எனக்குக் கதை கேட்கறதிலே ஒரு ஆர்வம். என் பாட்டி, அப்பா, அம்மா எல்லோரும் கதைகள் சொல்வார்கள். அப்புறம், நான் இருந்த வீட்டுக்குப் பக்கத்திலேயே ஒரு நாடகக் கொட்டகை இருந்தது. ராஜமாணிக்கம் நாடகக் கம்பெனி. அவர், டி.கே ஷண்முகம் எல்லாம் வந்து நாடகம் போடுவாங்க. நாடக நடிகர், நடிகையர் எல்லாம் எங்க தெரு வழியாத்தான் போவாங்க.

இரா: முருகன் : திருவனந்தபுரத்திலா?

நீல: ஆமா சித்ரா தியேட்டர்னு சொல்வாங்க.... நான் எழுத்திலே பதிவு பண்ணியிருக்கேன் அதைப் பற்றி. எங்க வீடு இருந்த தெருவுக்கும், நாடகக் கொட்டகைக்கும் இடையிலே ஒரு மதில் தான் இருந்தது. அங்கே இருந்து தெருவாசிகளுக்கு விடிய விடியப் பாட்டு, வசனம் எல்லாம் கேட்டுக்கிட்டே இருக்கும். அப்ப நாங்க சின்னக் குழந்தைகள் அதெல்லாம் பார்த்து நாங்களே எங்களுக்காக நடிக்க ஆரம்பிச்சோம். நடிக்கறதில் இருந்து, ரொம்ப சின்ன வயசிலேயே நான் எழுத்துக்கு வந்தேன். முதல்லே எழுதினதுன்னு சொல்லப்போனா, கவிதை. கவிதைகூட இல்லை. நாடகத்துக்குப் பாட்டு. அப்புறம் சிறு நாடகங்கள்... இப்படித்தான் சின்ன வயசிலேயே நான் எழுத்துத் துறைக்கு வந்தேன்.

கமல்: நாடகம்னு சொல்லும்போது சுயநலமாக ஒரு கேள்வி.... ஷண்முகம் அண்ணாச்சி நாடகங்கள்லே என்னெல்லாம் பார்த்திருக்கீங்க? நான் அந்தக் குழுவிலே இருந்திருக்கேன்.

நீல: அப்படியா? ஔவையார், மனிதன் எல்லாம் பார்த்திருக்கேன். நீங்க அதிலே எல்லாம் நடிச்சிருக்கீங்களா?

கமல்: ஆமா, பஸ் டெர்மினஸுக்கு வர்றதுக்கு முன்னாடி, கடைசியாக ஒரு ஸ்டேஜ். பத்து பைசா டிக்கெட் வாங்கி எப்படியோ ஏறிட்டேன்...

நீல: களத்தூர் கண்ணம்மா பார்த்திருக்கேன்.

கமல்: அதுக்கு அப்புறம் இடைப்பட்ட காலத்திலே... ரொம்பப் பெரிய அனுபவம். ஷண்முகம் அண்ணாச்சிக்கு இலக்கிய ஆர்வம் அதிகம். கேரளாவுக்கு வந்து நாடகம் போடறதுன்னா ரொம்ப கவனமாக, இன்னொரு முறை ஒத்திகை பார்க்கணும்பாரு. ‘நம்ம ஊர் மாதிரி இல்லேப்பா ஜாக்கிரதையா இருக்கணும்’னு சொல்வார்.

நீல: மனிதன் அன்னிக்கு அதிகமா பேசப்பட்ட நாடகம். அதில் ஒரு வசனம் ‘மன்னிக்கத் தெரிந்தவனே மனிதன்’. அது ரொம்பப் பிரபலம். அதைக்கூட சிலர் கேலி பண்ணினாங்க. நாடகத்துக்குக் கனமான கருப்பொருள். உங்களுக்கு நினைவு இருக்கலாம். மலையாளக் கதை, முன்ஷி பரமு பிள்ளை எழுதியது. அதைத் தமிழ்லே நாடகமா போட்டாங்க.

கமல்: ஆமா, விருமாண்டி படத்திலே கூட அந்த 'மன்னிக்கத் தெரிந்தவனே மனிதன்' பாதிப்பு இருக்கு. எழுத்தாளர்களுக்கு எங்கெங்கோ இருந்து கதைக்கரு கிடைக்கும். ஆனா வழக்கமாக எழுத்தாளர்கள் நாடகம் பற்றிப் பெரியதாகச் சொல்வது அபூர்வம்.

நீல: உண்மையிலேயே நான் அப்படித்தான் வந்தவன். இஞ்சினீயரிங் காலேஜ்லே படிக்கும்போதுகூட இஞ்சினீயர்னு ஒரு நாடகம் எழுதினேன். அப்போ நான் இஞ்சினீயர் ஆகலே. படிச்சுட்டுத்தான் இருந்தேன். பிஎஸ்ஸி படிச்சுட்டுத்தான் இஞ்சினீயரிங் படிக்க வந்தேன். வெகேஷன்லே பரீட்சை எழுதி பப்ளிக் சர்வீஸ் கமிஷன் வேலை கிடைச்சது. விடுமுறைக் காலத்தில் கிடைத்த வேலை. திருச்சூர்லே போட்டாங்க. பொதுப் பணித்துறை. அங்கே விண்ணப்பங்கள் அதிகம் வரும். அந்த இடத்திலே ரோடு போடறாங்க... வெட்டறாங்க... எனக்கு அந்த இடம் வேணும்.... இப்படி. வரும் விண்ணப்பங்களைப் படிச்சுட்டு பதில் எழுதணும். மூணு மாசம்தான் வேலை பார்த்தேன். திருச்சூர் பூரம் திருவிழா பார்த்துட்டு திரும்ப வந்துட்டேன். அந்தக் கருவை வச்சுத்தான் இஞ்சினீயர்னு நாடகமா எழுதினேன். தமிழ் நாடகம்.

இரா: அதுதான் உங்க முதல் படைப்பா?

நீல: இல்லை. அது முதல் நாடகம். அதுக்கு முந்தி சிறுகதைகள் எழுதியிருக்கேன். உதயதாரகை நாவல் முதலாவதாக எழுதினேன். பதில் இல்லைன்னு ஒரு சிறுகதை எழுதியிருந்தேன். நாடகம் அப்போது எழுதி, இங்கே நடிச்சு, அதை டேப் பண்ணி... நான் தான் எழுதி இயக்கினேன். சின்ன வேஷத்திலும் நடிச்சேன். ஒலிப்பதிவு செஞ்சு அதை தேசிய அளவில் கல்லூரிகளுக்கான நாடகப் போட்டிக்கு அனுப்பினாங்க. அங்கே சென்னைப் பல்கலைக் கழக நாடகம் வந்திருக்கு. உஸ்மானியா பல்கலைக் கழகக் கல்லூரியில் இருந்தும் வந்திருந்தது. ஆனால், இதுக்குத்தான் முதல் பரிசு கிடைச்சது.

கமல்: என்ன ரோல் பண்ணினீங்க நாடகத்துலே?

நீல: இஞ்சினீயராகத்தான் நடிச்சேன். அந்த நாடகத்தையும், பிற்பாடு நான் எழுதின மற்ற நாடகங்களையும் சேர்த்து தனிமரம்-னு புத்தகம் வந்திருக்கு. கடந்த புத்தக விழாவில் வந்தது.

கமல்: எத்தனை நாடகம் எழுதியிருக்கீங்க?

நீல: ஒரு எட்டு நாடகம் எழுதியிருக்கேன். புத்தகமா வந்தபோது அதை வானதி பதிப்பகம் போட்டாங்க. சிவசு தான் முன்னுரை எழுதினார்.

கமல்: இது எனக்குப் புதிய செய்தி

நீல: நாடகாந்தம் கவித்வமனு சொல்வாங்க. நாடகத்திலே எல்லாமே வந்துடும். கவிதையானாலும் சரி. மற்ற இலக்கிய வடிவங்களானாலும் சரி, எல்லாமே வருது. அப்புறமா நாடகத்தை நான் விடக் காரணம் என்னன்னு கேட்டால், நாடகம் ஒரு குழு முயற்சி. எழுத்தாளன் தனிக்காட்டு ராஜா. எழுத நேரம் இல்லே... கிடைக்கும் போது நாம் எழுதறோம் ஏகாந்தம். தனிமை அமையும் போது நாம் நம் பாட்டுக்குக் கற்பனை உலகத்தில் இருந்து எழுதிக் கொண்டு போறோம். ஆனால், காட்சியுருவில் நாடகமாக நடத்திக் காட்ட ஆட்களைத் தேடணும். எழுத எண்ணங்கள் வரணும் சொல்லிக் கொடுத்து நடத்திப் போகத் திறமை வேணும் என அலைவரிசையில் அவர்கள் எண்ணங்களும் இருக்கணும். அதுக்கு *creative energy* அதிகம் வேண்டும்.

கமல்: ரொம்பவே ஜனநாயகம் ஆன நடைமுறை நாடகம் நடத்தறது.

நீல: ஆமா, எனக்கு அந்த *organizing capacity* இல்லே. அந்த அளவுக்கு *creative energy*-யும் இல்லே. என் படிப்பு, எழுத்து இது ரெண்டும் ரெண்டாகத்தான் இருக்கு. தீவிர இலக்கியம் தான் படிப்பேன், வேலையும் தனியானதுதான். சேர்த்துச் செய்ய முடியாது. அது மட்டும் இல்லே... நாடக வடிவங்கள் *dramatic forms*-னு சொல்வாங்க. நாவல் எழுதும்போது அதுலே நான் அந்த வடிவங்களைக் கையாள முடிஞ்சுது. கவித்துவம் செய்ய முடிஞ்சுது. இலக்கியத்தில் எல்லாமே இணைஞ்சுதான் இருக்கு. கதை, கவிதை, நாடகம் பேரு நாமதான் கொடுக்கறோம். எல்லாமே இலக்கியத்திலே வகையறா. மொத்தத்திலே இதை எல்லாம் கையாள நாவலும் சிறுகதையும் உதவியாக இருந்ததாலே நான் நாவலும் சிறுகதையும் கவிதையும் எழுதினேன். நாடகத்தை அதிகமாக எழுதலே.

இரா: ஒவ்வொரு நகரத்துக்கும் ஒரு ஆத்மா உண்டு என்பது உண்மையானால், திருவனந்தபுரம் நகருக்கும் ஒரு ஆத்மா உண்டு.

அதை எந்த மலையாள எழுத்தாளரும் இதுவரை தரிசிக்கவும் இல்லை; மற்றவர்கள் அறியச் சொல்லியதும் இல்லை. அதைச் செய்த ஒரே எழுத்தாளர், தமிழ் எழுத்தாளராகிய நீல பத்மநாபன் என்று ஒரு மலையாள விமர்சகர் சொன்னார். அந்த அளவுக்கு உங்கள் கதைகளில் பௌதிக ரூபமாகவும் மன வெளியில் வந்து அதன் மூலம் வெளிப்படுவதாகவும் இந்த அனந்தை நகரம் உள்ளது. உங்களுக்கும் இந்த நகரத்துக்கும் உள்ள உறவு எப்படியானது? அது love-hate relationship அல்லது pure hate அல்லது 'hate it but still want to be here உறவா?

நீல: பள்ளிகொண்டபுரம் நாவலைப் பற்றி சொல்றதுக்கு முன்னாடி நான் தலைமுறைகள் நாவல் பற்றிச் சொல்லணும்.

இரா: அது ரொம்ப முன்னால், உங்களோட இருபத்தெட்டாவது வயதில் எழுதின நாவல் இல்லையா?

கமல்: இருபத்தெட்டு வயசிலேயா?

நீல: ஆமா. நான் எதையும் எழுதும்போது இதைப் பிறர் யாரும் செய்யாது இருந்திருக்கணும்கறதுலே அக்கறை எடுத்துப்பேன்.... ஏன்னா நிறைய புத்தகங்கள் இருக்கு நிறைய எழுத்தாளர்கள் இருக்காங்க. எழுத்திலே நான் செய்யறதாக இருந்தால், என்னளவுக்கு இது புதுமையா இருக்கணும். என்னளவுக்கு யாரும் எழுதாத பாணியிலே அந்த நாவல் அமைஞ்சிருக்கணும்னு எப்பவுமே நான் நினைப்பேன். அப்படித்தான் நான் தலைமுறைகள் எழுதினேன். நான் பிறந்து வளர்ந்த சமூகம். அவங்களோட ஆசார அனுஷ்டானங்கள், பேச்சு மொழி... இரணியல்லே செட்டிமார்கள் எப்படிப் பேசுவாங்கன்னு யாருக்கும் தெரியாது. மலையாளமான்னு பலரும் கேட்பாங்க... ஆனா தமிழ்தான். அவங்க காவேரிப்பட்டணத்திலே இருந்து வந்த கதை எல்லாம் பாட்டி சொல்லித்தான் எங்களுக்குத் தெரியும். ஆனால் தமிழ்நாட்டில் உள்ள தாய்த் தமிழன்னு சொல்லக் கூடியவங்க யாருக்கும் தெரியாது. ஏன்னா இரணியல் வந்து அந்தக் காலத்திலே திருவாங்கூர்னு சொல்வாங்க... இப்ப உள்ள கேரளத்துலே சேர்ந்து கிடந்தது. மாநில மறுசீரமைப்பு *state reorganization* வந்தபோது ஆரல்வாய்மொழியில் இருந்த செக்போஸ்டை எடுத்து களியக்காவிளையிலே வச்சாங்க. நீங்கள்ளாம் தமிழ்நாடு, இங்கே கேரளம்னு சொல்லி அப்படி வச்சாங்க. முன்னாடியெல்லாம்

இரணியல்லே உள்ளவங்க, நாகர்கோவில்லே இருந்தவங்க எல்லாம் தலைநகரம் என்றால் திருவனந்தபுரம் தான் வருவாங்க... சென்னைக்கு போக மாட்டாங்க. அப்படி இருந்ததாலே ஓணப் பண்டிகை கொண்டாடறது இருந்தது, மலையாளம் பேச்சு மொழி, மலையாள கலாசாரம் அவங்க கிட்டே இருந்தது. அடிப்படையில் அவங்க தமிழ்தான். அதை நான் தலைமுறைகள் நாவலில் கையாண்டிருந்தேன். அதனாலே முதல்லே அதுக்கு எதிர்ப்பு இருந்தது. ஜேசுதாசன் நாவலுக்கு ஒரு அருமையான முன்னுரை எழுதியிருந்தார். பிரமாதமா இருக்குன்னு பாராட்டினார். நகுலன் நல்ல விதமாகச் சொல்லியிருந்தார். ஆனா, நாவலை வெளியிட பதிப்பாளரோ, பத்திரிகையோ கிடைக்கலே. நான் என் மனைவி நகையை அடகு வச்சு திருநெல்வேலியில் - நாகர்கோவில்லே கூட அன்னிக்கு நல்ல பிரஸ் கெடயாது... கொண்டு போய் சொந்தமா போட்டேன். அந்த தலைமுறைகள் நாவல் தான் நிறையப் பதிப்புகள் வந்தது ரஷ்ய மொழியில் வந்தது.

இரா: நாவலில் வரும் உண்ணாமலை ஆச்சி, திரவி இந்தப் பாத்திரங்கள்...

நீல: கூனாங்கண்ணி பாட்டா, திரவியம், இந்த மாதிரி கதாபாத்திரங்கள் எல்லாம் அசல் தமிழ்தான்... தமிழ்லேதான் பேச்சு. பேச்சுன்னா *stream of consciousness*... நனைவோடை. சிலர் கேட்டாங்க... சார் நீங்க வேணும்னா கதாபாத்திரங்கள் பேச்சுக்கு அந்த வட்டார வழக்கைக் கொடுக்கலாம். ஆனா நாவலாசிரியராக நீங்க சொல்வதாக இருக்கும் இடங்களிலும் ஏன் அந்த மாதிரி தமிழைக் கொடுக்கறீங்க? நான் சொன்னேன் - ‘அது என் மொழி இல்லை. திரவியுடைய எண்ணம். நனவோடை உத்தியிலே சித்திரிக்கறதாலே அந்த எண்ணம் பதிவாகிறது தாறுமாறாகத்தான் இருக்கும்.’ தமிழர்கள் தூய்மையாளர்கள் (*puritans*). அதை அங்கீகரிக்க மாட்டாங்கன்னு தெரியும். தெரிஞ்சுதான் அதை நான் எதிர்நீச்சல் மாதிரி செய்தேன்.

கமல்: தற்காப்புன்னு ஒண்ணு, உத்வேகம்னு ஒண்ணு, வியாபாரம்னு ஒண்ணு இருக்கு. நீங்களே பிரசுரம் செய்ய வேண்டிய நிலைமை வந்தபோது அதை நீங்க அந்த மூணுலே எதுவா வச்சு பண்ணினீங்க?

நீல: உத்வேகம்தான் இவ்வளவு தூரம் பண்றாங்களே... நம்மாலே என்ன பண்ண முடியும்னு காட்டுவோம்னு உத்வேகம்.

கமல்: விளைவுகளப் பற்றிக் கவலைப் படவில்லையா?

நீல: இல்லை. நாவலோட எல்லாப் பிரதிகளையும் இலவசமாக, பரிசாகத்தான் வழங்கினேன். எனக்கு புத்தகம் விற்றுப் பணம் எதுவும் கிடைக்கலே. இன்னிக்கும் அப்படித்தான். தமிழ்நாட்டுலே புத்தகம் விலை கொடுத்து யார் வாங்கறாங்க? நான் அனுப்பி வச்சவங்கதான் டெல்லியில் அதை 'வாங்கு வாங்குன்னு வாங்கினாங்க.' கொஞ்சம் பேர்... நான் தான் அவங்களுக்குப் புத்தகம் அனுப்பி வச்சேன். ரொம்ப பிரபலமானவங்க. கணையாழி பத்திரிகையிலே அப்போ இருந்தவங்க.

கமல்: நகையாடியவங்களுக்கு இந்த நகைக் கதை எல்லாம் தெரியாது.

நீல: உயர் ஜாதி தஞ்சாவூர் கொச்சை, திருநெல்வேலி கொச்சை ஏத்துப்பாங்க. தலைமுறைகளில் வருவது போல இப்படி ஒரு கொச்சை வட்டார வழக்கு தமிழ்நாட்டுலே இருக்கான்னு கேட்டாங்க.

கமல்: இன்னும் ஒரு குறையும் உண்டு. தமிழர்கள தூய்மை விரும்பிகள்... puritans-னு சொன்னீங்களே. சிலதை தாங்கிப்பாங்க... மற்ற சிலவற்றை ஏற்றுக்கொள்ள மாட்டாங்க. ஒரு நாட்டார் வழக்கை ஏத்துக்கிட்டவங்க, இரணியல் பேச்சு வழக்கான இதை ஏன் ஏத்துக்கலேன்னு ஆச்சரியமாகத்தான் இருக்கு.

நீல: கடைசியிலே கநாசுதான் தலைமுறைகள் தமிழில் பத்து சிறந்த நாவல்களில் ஒண்ணுன்னு சொன்னார். Orient Paperback ஓரியன்ட் பேப்பர் பேக் வெளியீடாக ஆங்கிலத்தில் பத்தாயிரம் காப்பி போட்டாங்க... கநாசுதான் மொழி பெயர்த்தார். ஜெர்மன் மொழியில் வந்தது. இன்னும் நிறைய மொழிகளில் பிரசுரமாகி வந்தது. இப்படி ஓஹோன்னு வந்த பிறகு மூலத் தமிழ் நாவலுக்கு இங்கேயும் பாராட்டு வந்தது. எதிர்த்தவங்களும் அதைப் பாராட்டிச் சொன்னாங்க.

கமல்: இந்த மாதிரி கதைதான் நான் ப.சிங்காரம் பற்றியும் கேள்விப்பட்டது... அவரைப் பேட்டி காண முடியலே. இது மாதிரி அவர் நாவலை

இரா: புயலில் ஒரு தோணியா?

கமல்: ஆமா, புயலில் ஒரு தோணியை சொந்தமாகவே பிரசுரம் பண்ணி விற்க முடியாமல் பீரோவிலே கட்டுக்கட்டாக வச்சிருந்தார்னு கேள்விப்பட்டிருக்கேன்.

நீல: தலைமுறைகள் 400 பக்கத்துக்கு மேலே இருந்தது. பிரசுரம் செய்யவும் முதலீடு கணிசமாத்தான் வேண்டி இருந்ததது. நான் அதில் ஒரு வரி மாற்ற மாட்டேன்னு சொல்லிட்டேன்.

கமல்: ஓ... மாற்றச் சொல்லி, சுருக்கச் சொல்லி வேறே கேட்டாங்களா? உங்க காசுதானே? (சிரிப்பு)

நீல: எனக்கு வேகம். பைத்தியக்காரத்தனமான வேகமாகவும் இருக்கலாம். நான் அந்தக் காலத்தில், இன்றைக்கு நினக்கற அளவுக்கு நெனக்கறது இல்லே. நான் என்ன சொல்ல வந்தேன்னா பள்ளிகொண்டபுரம் தொடர்பாகவும் அந்த வேகம் இருந்ததுன்னு சொல்லணும். (ஒரு நாவல் முடித்தவுடன்) அடுத்த நாவல் பற்றி நினைச்சா, பிரசவ வைராக்கியம் மாதிரி 'போதுமடா சாமி இனியும் ஒரு நாவல் இப்படி எழுத வேணாம். இப்படி கஷ்டப்படவும் வேணாம். சக்தி நமக்குக் கிடையாது'ன்னு தோணும்.

கமல்: வேலை, சம்பளம் இந்த மாதிரி சிந்தனைகள்...

நீல: வேலையையும் எழுத்தையும் நான் ஒண்ணாகவே நினைக்க மாட்டேன். வேலை, எழுத்து ரெண்டும் ரெண்டு இணைக்கவே முடியாது. ஆபீசில் ரொம்பப் பேருக்கு நான் எழுத்தாளர்னு தெரியாது. எழுத்துத் துறையிலும் மின்னுலகம் மாதிரி நாவல் வர்றதுக்கு முன்னாடி நான் இஞ்சினீயர்னு ரொம்பப் பேருக்குத் தெரியாது. அப்போதுதான் இனியும் கொஞ்சம் வருஷம் ஆன பிற்பாடு, எழுத வேண்டும்னு வேகம் வந்தபோது இதுக்கு முன்னாடி பண்ணாதது மாதிரி இருக்கணும். தலைமுறைகளை வேணா இமிடேட் பண்ணலாம். நான் இந்த ஊரில்தான் பிறந்தேன் நான் பிறந்து வளர்ந்த நகரத்தை நடுநாயகமக்கி நாவல் எழுத முடியுமா? அதை நான் பிறந்து வளர்ந்த சமூகத்தை தலைமுறைகளில் கையாண்ட மாதிரி, இந்த நகரத்தை நாவலில் சித்திரிக்கணும்னு எழுதியதுதான் பள்ளிகொண்டபுரம். என்றாலும் ஒரு இடத்திலும் நகரத்தோட பெயரை சொல்லவே இல்லை சில பேர் கேட்டாங்க... இங்கே இருக்கற நாயர் சமுதாயத்தினுடைய வரலாறு, வாழ்க்கை முறை எல்லாம் சொல்லியிருந்தால் நாவல் இன்னும்கூட நல்லா

இருந்திருக்குமேன்னாங்க. அவங்க முந்தைய நாவலை எதிர்த்தவங்க கூட. நான் சொன்னேன் – 'நான் சமூகவியலில் விற்பன்னன் இல்லே. மரபியல் வரலாற்றாளனும் *(anthropologist)* இல்லை. எனக்கு அதல்ல விஷயம். வரலாறு சொல்வது இல்லை குறிக்கோள்... நான் முன்னாலே எழுதியதைச் சொல்லி கிடைக்கக் கூடிய எளிய வெற்றியவிட நான் இதுவரை எழுத்தில் செய்யாத சோதனை செய்து கிடைக்கக் கூடிய தோல்வியானாலும் ஏத்துக்கறேன்.' அப்படித்தான் அந்த நாவல்... பள்ளிகொண்டபுரம் எழுதினேன். அதிர்ஷ்டவசமாக, வாசகர் வட்டம் லட்சுமி கிருஷ்ணமூர்த்தி அதை ஏத்துக்கிட்டாங்க. அவங்களுக்கு நாவல் பிடிச்சிருந்தது. அவங்க கேரளத்தில் கோட்டயத்திலே இருந்தவங்க.

இரா: வாசகர் வட்டம் முதல் பதிப்பாக வந்தது. அப்புறம் காலச்சுவடு...

நீல: ஆமா, காலச்சுவடு க்ளாசிக் எடிஷனா... செம்பதிப்பு போட்டாங்க.

கமல்: வாசகர் வட்டம் எப்போ வெளிவந்தது?

நீல: 1970. மணிவாசகர் பதிப்பகம். இரண்டாம் பதிப்பு போட்டாங்க. காலச்சுடு நாலாவது பதிப்பு. வாசகர் வட்டம் இப்போ இல்லே. மூடியாச்சு. மணிவாசகர் பதிப்புக்கு ரொம்ப வரவேற்பு இருந்தது. அதை ரஷ்ய மொழியிலே ஒரு ரஷ்யப் பெண்மணி மொழிபெயர்த்தாங்க. நேஷன்ல் புக் டிரஸ்ட்லே எல்லா மொழிகளிலும் போட்டாங்க. யாத்ரா கா அந்த் இந்தியில் வெளிவந்த மொழிபெயர்ப்பின் தலைப்பு. மலையாளத்திலே ஹிந்தியிலே இருந்து மொழிபெயர்ப்பு. மலையாளத்திலே ரெண்டு மூணு பதிப்பு வந்திருக்கு.

இரா: இந்தியில் இருந்து மலையாளமா?

நீல: இல்லே, இங்கிலீஷ்லே இருந்து மலையாளம் போனது.

இரா: அதைப் படிச்சுட்டு தானே கிருஷ்ண வாரியர் சிறப்பித்துச் சொன்னது?

நீல: ஆங்கிலத்தில் CLS சி எல் எஸ் போட்டாங்க CLS தலைமை நிர்வாகியாக பாக்யமுத்து இருந்தார். அதுக்கு எழுதின முன்னுரையில்தான் வாரியர். நீங்க சொன்னதைப் பிரமாதமாச்

சொல்லியிருக்கார். மத்தவங்க எல்லாம் திருவனந்தபுரத்தை நாவல்லே கையாண்டிருக்காங்க. தகழி, பிவிராமன் பிள்ளை எல்லோரும். சாதாரணமா சென்னை நாவல்னா மயிலாப்பூர்லேருந்து பஸ் ஏறிப் போனார்னு பெயரைக் குறிப்பிட்டு எழுதினால் தீர்ந்தது. பள்ளிகொண்டபுரத்தில் வருவது நான் பிறந்து வளர்ந்து இருக்கற திருவனந்தபுரம். என்னோடது. பத்மநாப சாமி கோவில் கொண்ட, எனக்கு தெரிந்த பலரும் வாழும் இடம். எவ்வளவு தூரம் நினைவில் ஊறி இருக்கு என்றால், சின்ன வயசில் சின்னச் சந்து பார்த்தா இது எங்கே போறதுன்னு தெரிஞ்சுக்க அது வழியா போய்ட்டே இருப்பேன். திரும்ப வழி தெரியாம அவஸ்தைப் பட்டிருக்கேன். அப்படி மனசிலே படிந்த இடமாக இது நாவலில் வந்தது.

கமல்: முருகன், நீங்கதான் எனக்குக் கொடுத்தீங்களான்னு நினைவு இல்லை... ரொம்பப் பழைய புத்தகம்... அறுபத்து மூவர் உற்சவத்துக்குப் போன கதை. நொண்டிச் சிந்து. எழுதினவங்க சென்னையப் பற்றி சொல்லணும்னு இல்லே. அறுபத்து மூவருக்குப் போன கதையைச் சொல்லும்போது அந்தக் காலத்து தெரு இது, இடம் இதுன்னு பெயர் சொல்லிக்கிட்டே போறார். அந்தக் காலத்துச் சென்னையின் பழைய உருவைப் பற்றி அந்தப் பதிவு தான் இருக்கு.

நீல: அசோகமித்திரன் பழைய சென்னை பற்றி ஒரு கட்டுரை எழுதியிருக்காரே...

இரா: ஆமா, அப்புறம் ஹைகோர்ட் சிந்துன்னு ஒரு புத்தகம் கூட இருக்கு.

கமல்: திருவனந்தபுரம் நகரத்தைப் பற்றிய பள்ளிகொண்டபுரம் முக்கியமான பதிவு. நீங்க நடந்து போன பாதையைப் பற்றியது...

நீல: இப்படி அந்த மூலை முடுக்குகள் அங்கே இங்கேல்லாம் மனதில் நடந்து இந்த ஊரைப் பற்றிப் பதிவு செய்யணும்னு நினைச்சேன். இன்னொண்ணு காலப் பிரக்ஞை. திணை கோட்பாடு எல்லாம் அப்புறம்தான் படிக்கறேன். தொடங்கின காலத்திலே இருந்தே காலமும் வெளியும் ரொம்பவும் உறுத்தக் கூடிய விஷயம்... இப்பக்கூட நினைக்கிறேன்... இப்பப் பேசுறபோது காலம் ஆகிக்கிட்டு இருக்கு. ஒரு கதாபாத்திரம் வந்தா திடீர்னு பத்து இருபது வருஷம் கழித்துக் காலத்தில் போனது எல்லாம் எனக்கு

கிடையாது. ஒவ்வொரு கணமும் முக்கியம். என் முதல் கதையில் இருந்து இப்போ இலையுதிர் காலம் வரை எது படித்தாலும், காலம் - வெளி *time and space* உணர்வு இருந்திட்டுதான் இருக்கும். இது உள்மனதில் எப்பவும் இருக்கும். நடக்கக் கூடிய காலம். எங்கே நடக்குதுங்கறது. படிக்கற உங்களுக்கு தெரியலேன்னாலும் என்னை அப்படியே உறுத்தும். அதே பிரக்ஞையோடு நான் எழுதிக்கிட்டே போவேன். அப்படித்தான் பள்ளிகொண்டபுரம்... நாற்பத்தெட்டு மணி நேரத்தில் நடக்கிறது.

இரா: நாற்பத்தெட்டு மணி நேரம்... அனந்தன் நாயரோட ஐம்பதாவது பிறந்த நாள்லே ஆரம்பமாகிற நாவல்...

கமல்: அதைப் பற்றி நானும் இவரும் *(இரா.மு)* காலையிலே பேசிக்கிட்டு இருந்தோம். அதிலே இன்னொன்னு, மாக்ஸ் ஒபலஸ்னு *(Max Ophuls)* ஒரு ஜெர்மனி நாட்டு சினிமா இயக்குனர். திரைப்படத்தை முற்றாக எழுதி இயக்குகிறவர் அவர். வழக்கமாக திரைப்படம் எடுக்கும்போது, காட்சிப் படுத்துவதாக வரும் *shot*... ஷாட்டோட நீளத்தை வெட்டிக் குறுக்கி நேரத்தை செதுக்கிடுவோம் இல்லையா? மாக்ஸ் ஒபல்ஸ் அதெல்லாம் பண்ணவே மாட்டார். ஒரே ஷாட்லே காட்சி தொடர்ந்து காலத்திலே நீண்டு போகும். அவரோட பாதிப்பு எனக்கு உண்டு குணாவிலே எல்லாம் நீளமா நீட்டி நீட்டி ஷாட் வரும். என்ன பார்க்கறோமோ அதுதான் காலம். ரௌண்ட்னு ஒரு படம். இதே மாதிரி. சுத்திச் சுத்தி வந்துட்டு இருக்கும். (இப்படிப் படத்தை உருவாக்கறது) அது ரொம்ப கஷ்டம்.

நீல: ஒரு நாள் முடிச்சு... கோவிலுக்குப் போய்ட்டு வந்து... இறக்கறது... அந்தக் கால கட்டத்தில் இருக்கப்பட்ட, மனதில் வரும் பழைய காலத்தில் இருந்து சந்திக்கக் கூடிய ஆட்கள்... இதெல்லாம் அதிலே பதிவு பண்ணியிருக்கும். நாவலின் முதல் பகுதியில் அனந்தன் நாயர் வாழ்ந்த வாழ்க்கை சொல்லப்படுகிறது. கிடத்தட்ட அந்தக் காலகட்டத்திலே பள்ளிக்கூடத்தில் என் கூட படிச்ச பையன் ஒருவன் இருந்தான். அதை நான் இப்ப சொல்லணும். நாயர் பையன். அவன் வாழ்க்கையில் இந்த மாதிரி ஒரு சம்பவம் நடந்தது. அவன் அப்பா டிரைவராக இருந்தார். ஆஜானுபாகு. தண்ணி எல்லாம் போடுவார். ஒரு நாள் அவரும் பிள்ளைகளும் வீட்டுக்கு வந்தபோது அந்த அம்மா, அவரோட

மனைவி வீட்டில் இல்லை. கேட்டபோது யார் கூடவோ போய்ட்டாங்கன்னு தெரிஞ்சது. அது அன்னிக்கு ஒரு பெரிய பேச்சு. நான் பள்ளி மாணவன். ஐயோ கிருஷ்னன் குட்டியோட அம்மா போய்ட்டா. பாட்டிதான் இருக்கா. வயசான பாட்டி. இப்படி எல்லோரும் சொன்னாங்க. அவனையும் அவன் சகோதரியையும் வளர்த்தியது அந்தப் பாட்டி. அது என் மனசுக்குல்லே எங்கேயோ கிடந்திருக்கு. இந்த நாவல் எழுதினது எழுபதுகளிலே. அதுக்கு முப்பது நாற்பது வருஷம் முந்திய சம்பவங்கள் இதெல்லாம். எழுதி எழுதி வந்தபோது நான் நினைச்சேன். இது எங்கே இருந்து வந்தது? இந்த மாதிரி மனைவி விட்டுட்டுப் போனது... இந்த மன தத்தளிப்பு, தர்ம சங்கடம் எல்லாம் மன அவசமாக வந்தது. ஏன்னா அந்தப் பையனோட மனம் எனக்கு தெரியும். கடைசியிலே அந்த அம்மாகூடச் சேர்ந்துடுவான். பொண்ணு சேரமாட்டா... நாங்க ஆச்சரியப்பட்டோம்... என்னது இது... நோய்ப் படுக்கையில் கிடந்த அப்பாவை விட்டுட்டு இப்படி போய் சேர்ந்துட்டானே... அதை எல்லாம் துருவித்தான் காரணங்கள் இங்கே நாவலில் வருது. இதெல்லாம் நினைச்சுப் பார்க்கும்போது வர்ற விஷயம்... எழுதும்போது அதெல்லாம் வராது. எந்த விதமான முன்னேற்பாடும் கிடையாது. நாவல் எழுதி எழுதி வரும்போது கொஞ்சம் ஏக தேசமா மனதில் ஒரு *scketch* இருக்குமே தவிர முழுக்க முழுக்க இவ்வளவுதான்னு போட்டுட்டு எழுத மாட்டேன். அப்படி செஞ்சா எனக்கும் சுவாரசியம் இல்லே. படிக்கற உங்களுக்கும் இருக்காது.

கமல்: ஒரு கேள்வி அதாவது இப்போ writing courses... எழுத்துக்கான பயிற்சி அமெரிக்காவிலே. முழுத் திட்டம்னு அதை சொல்றாங்க. எங்கே போகிறாய், எதுக்காகப் போகிறாய்? எங்கே தொடக்கம்? எது முடிவு? நடுவிலே என்னென்ன வரும்... இதெல்லாம் வச்சுக்கணும்கிறாங்க. எனக்கு ஒண்ணு தெரியுது கவிதைல்லாம் அப்படி எழுதினா வரவே வராது. போகிற போக்குலே எழுதணும்.

நீல: வராது. அது மனித மனம் சொல்லக்கூடியது. இப்படித்தான் நடக்கும்னு யாரும் ஆர்டர் பண்ண முடியாது. ஆசைப்படலாம். நடக்கணும்கிறது அப்படி அந்தப் பக்கம் போனால், நடக்கறது இப்படி இந்தப் பக்கம் போயிடுவோம்.

கமல்: நீங்க உங்க நாவல்லே அது போக்கிலே போய்ட்டே

இருப்பீங்க இல்லியா?

நீல: நான் எப்பவுமே அப்படித்தான். கதாபாத்திரங்களில் கூடு பாய்தல்.

கமல்: சாவா வாழ்வா முடிவு எல்லாம் நீங்க பண்றது இல்லே?

நீல: எல்லாம் கூடு விட்டுக் கூடு பாயறதுதான்... என் மனைவி இப்படிப் போனா எப்படி இருக்கும்... திரவியம் காரக்டர்லேயும் அதேதான். என் அக்கா தங்கைக்கு இதுபோல அவஸ்தை வந்தால் எப்படி இருக்கும்... இது எல்லாம் நான் அனுபவிக்கறேன்.

கமல்: நடிப்பும் அதேதானே... அது என் கதை இல்லே. எனக்கு அவனைப் பார்த்து கேலியாகவும் இருக்கலாம். ஆனா நடிக்கும்போது அவனாக மாறும்போது கூடு விட்டுக் கூடு பாயறோம்.

நீல: அதுனாலேதான் அதை தத்ரூபம்கறது. எனக்குச் சில வேடிக்கையான சம்பவங்கள் எல்லாம் உண்டு. உறவுகள் பத்திப் பேசும்போது சொல்றேன்.

கமல்: நான் சுந்தர ராமசாமி கிட்டே கேட்கும்போது 'நான் நிறைய திட்டம் போடுவேன். யார் எப்படி இருக்காங்க... தாடி வச்சிருப்பாங்களா? தாடி என்ன நிறம்? நீளம் என்ன உயரம் என்ன? சாக்கடை எங்கே இருக்கு? பக்கத்து வீடு எதிர் வீடு எல்லாம் எனக்கு தெரியணும்? அந்தத் திட்டம் போட்டுட்டு அதுக்கு அப்புறம் வேறே திட்டங்கள் எல்லாம் கிடையாது'ன்னு சொன்னார் எனக்கு ஆச்சரியமாக இருந்தது... அந்தத் திட்டம் வரைக்கும் கேட்கும்போது மேலைக் கல்வி western teaching-ல் இருக்கற மூன்றங்கக் கட்டுமானம் - three acts structure நினைவு வந்தது. அரிஸ்டாடில் சொன்னது அதுதான். அப்படி இருக்கணும்கிறாங்க. எனக்கு அதுலே கொஞ்சம் ஒப்புதல் இல்லே. இப்ப நீங்க சொன்னது நம்பிக்கையா இருக்கு.

நீல: எனக்கும் உங்க கருத்துதான். எழுத்தாளன் முழுத் திட்டம் தீட்டி எழுதறது ஒரு பத்திரிகையாளர் தன்மை. அப்படி எழுதினால், பத்திரிகை எழுத்துதான் வரும். creative writing வராது. படைப்பிலக்கியம்... ஆக்கபூர்வமான கற்பனை வளத்தோடு எழுதும்போது கற்பனைதான் அங்கே பிரதானம். இயல்பியல்

யதார்த்த வாழ்க்கையைத்தான் நீங்க எழுதறீங்க. வாழ்க்கையாக இருந்தாலும்கூட அது இப்படி நடக்கணும்னு கேட்டாலும்கூட உங்க கற்பனையில் நடக்கப்பட்ட மாதிரிதான் நீங்க அதை கையாளறீங்க. அங்கேதான் உங்க craft... கலைத்தன்மை வருது எல்லாமே முன்கூட்டியே திட்டம் போட்டு எழுதியாச்சுன்னா அது பாட்டுக்கு சிவனேன்னு போயிட்டு இருக்கும்.

கமல்: படிக்கறவனுக்கும் எழுதறவனுக்கும் (அணுகுமுறை) வித்யாசம் இருக்கு. படிக்கறவங்க எதிர்பார்ப்புக்கு ஏற்ற மாதிரி தானே நாம போய்ட்டு இருக்கோம்

நீல: எனக்கே சுவாரசியம் இல்லாம இருந்தால் வாசகனுக்கு எப்படி? இன்னும் மோசமாக இருக்கும்.

இரா: ஒரு நாவலை நாம் எழுதும்போது ஒரு கள ஆய்வோ மற்ற வகை ஆய்வோ செய்து அடிப்படையான தகல்வகளை திரட்டின பிறகுதானே எழுதப்போறோம் அந்த மாதிரித்தானே இருக்கும்? நீங்க சொல்றது நாவல் எந்தப் போக்குலே போகுதோ... அது கற்பனையைப் பொறுத்தது. நான் அதைக் கேட்கலே. அந்த நாவல்லே வர்ற பாத்திரங்களுக்கான ஆய்வு... அவர்களோட மொழிநடை... அவர்கள் கலாசாரம் பண்பாடு... பின்னணி... இதை எல்லாத்தையும் பற்றி நாம் ஆராய்ந்திருப்போம் இல்லையா?

கமல்: அந்த ஆராய்ச்சி எப்படி இருக்கும்?

நீல: அது உங்க பாணி என்றால் அதை நான் எதிர்க்கலே.

இரா: இது என்னோட பாணின்னு சொல்லவில்லை.

நீல: நீங்க சொல்லக்கூடிய பாணி. அதுக்கு நான் எதிர்ப்பு தெரிவிக்கலே. எல்லா மனிதனுக்கு உள்ளும் படிச்சவன் படிக்காதவன் சாதா கூலி ஆள் இப்படி எல்லோருக்கும் அவங்க அவங்க மனசுக்குள்ளே மகோன்னதமான உலகங்கள் இயங்கிட்டு இருக்கு. அதை எழுதவே ஒரு ஆயுசு போதாது சார்.

இரா: இதைப் பற்றி இப்பத்தான் நாங்க வரும்போது பேசிட்டு வந்தோம் மனசுக்குள்ளே உலகங்கள்... எழுத ஆயுசு போதாது. இதேதான்.

கமல்: பிரமாதமான கருத்து. வெவ்வேறு எழுத்தாளர் கருத்து.

உங்ககூட ஒத்துப்போறது மட்டுமில்லே... என்னோட கருத்தும் தான். அந்த நம்பிக்கையை ஊட்டிக் கொள்ளத்தான் உங்ககூட பேசறேன். சுயநலமான யாத்திரை இதுன்னு வச்சுக்குங்க. அப்புறம் இந்த மேதைமை... இது எல்லோருக்கும் இருக்கு. ஒவ்வொருத்தர் ஒவ்வொரு மாதிரி எழுதுவார்.

நீல: அதேதான். சிலர் கள ஆய்வுல்லாம் செய்வாங்க. பார்த்தா அவங்களும் அந்த எழுத்துப் பாணிதான். அங்கே கொண்டு போய்ப் புகுத்தி இருப்பாங்க கதையின் களம்... *atmosphere* மாறினால் மட்டும் விஷயமில்லை.

கமல்: கிட்டத்தட்ட சுந்தர ராமசாமி சொன்னதும் அப்படித்தான். 'நிறைய இருக்குங்க. என் வாழ்க்கை அனுபவமே நிறைய இருக்குங்க. எழுதி மாளாது'ம்பாரு இந்த மாளாதுங்கறது என்னன்னா, நேரம் இல்லேங்கறாரு.

இரா: என்னைப் பத்தியே நான் நிறைய எழுத வேண்டி இருக்கு. என்னை சார்ந்தவர்களைப் பத்தியும் எழுத வேண்டியிருக்கு.

கமல்: உங்களைப் பத்தி நீங்க சொல்றதுதான் உங்க நட்பும் உங்க உரையாடலும் உங்க எழுத்தும். அதையும் சொல்லி முடிக்கப் போறதில்லே. டைம் இல்லே.

நீல: உங்களைப் பத்திச் சொல்றதுன்னா... நீங்க ஒரு சமூக ஜீவி தான். அது உங்களைப் பத்தி இல்லே. சமூகத்தைப் பற்றித்தான் உங்க எழுத்தில் சொல்றீங்க. நீங்க எங்கே இருந்து வந்தாலும் உங்க உணர்வுகளைச் சொல்லும்போது என் உணர்வுகளைச் சொல்றீங்க. அவர் உணர்வுகளை சொல்றீங்க. அப்படித்தான். உறவுகள் நாவலைப் படிச்சு நிறையப் பேர் சொன்னாங்க எங்க அப்பா ஆஸ்பத்திரியிலே கிடந்தா எப்படி இருப்பாங்க... அதே உணர்வுகளைத்தான் சொல்றீங்கன்னு. எங்க அப்பா கிடந்தது எல்லாம் எனக்கு அப்படியே ஞாபகம் வருதும்பாங்க நான், எங்க அப்பா ஆஸ்பத்திரியில் கிடக்கும்போது பக்கத்திலே இருந்த எனக்கு ஏற்பட்ட உணர்வுகளைத்தான் பதிவு பண்ணினேன். இந்த உணர்வுதான் எல்லோருக்கும். அப்பா மகனுக்குள் இருக்கக் கூடிய உறவை வேறே மொழியில் சொன்னாலும், அவங்களுக்கும் அப்படித்தான் தோணுது. இது வந்து பொதுவான, அடிப்படை உணர்வுகள்.

கமல்: என்ன கோணத்தில் சொல்லணும்... *angle decide* பண்றதுங்கறது... சினிமாவைப் பொறுத்தவரைக்கும் ஒவ்வொரு பார்வையாளரும் ஒரு கோணத்தைத் தீர்மானம் செஞ்சுடுவாங்க. நான் இந்தக் கோணத்திலே வச்சாக்கூட மனசுக்குள்ளே அதை எதிர்க் கோணத்துலே இருந்து பார்க்கிறதுக்கான உத்தி அவங்க கிட்டே இருக்கு.

இரா: உங்க point of view பார்வையாளனுடைய நோக்கு ஆக இருக்காது, அப்படியா?

கமல்: என் பாயின்ட் ஆப் வியூ எவ்வளவுதான் அழுத்தி நான் வச்சுட்டு இருந்தாலும் எதிர்க் கோணத்திலே மனசுக்குள்ளே இந்தப் பக்கத்துலே ஜன்னல் வழியா அவன் பாத்துட்டு இருப்பான். அப்பிடிப் பார்க்கிற தன்மை அவனுக்கு உண்டு. அதனாலேதான் நமக்கு... அது ஏன் அப்பிடி ஆச்சு? அது பொய்யா இருக்கேன்னு நாம் கேட்கற கேள்விகூட அதுனாலேதான்.

இரா: நேற்று திருவனந்தபுரம் புறப்பட்டபோது எங்க நண்பர் கிரேசி மோகன், 'நீல பத்மநாபனோடு நீள பத்மநாபனையும் பார்த்துட்டு வாங்க'ன்னார். சயனம் கொண்டு பாம்பணையில் கிடக்கும் நீள பத்மநாப சுவாமி. அவரைப் பார்க்கக் கோவிலுக்குப் போயிருந்தேன். அங்கே, பள்ளிகொண்டபுரம் நாவலில் நீங்க சொல்ற மோகினி சிற்பம் எனக்குப் பார்க்கக் கிடைக்கலே.

நீல: இருக்கே. என்னோட வந்தா காணிச்சுத் தருவேன்.

இரா: நீங்க பள்ளிகொண்டபுரத்தில் ஊட்டுப்புரையைப் பற்றிச் சொல்லியிருக்கீங்க. அதிலே ஆதிசேஷய்யர் மகள்தான் கார்த்தியாயினின்னு சொல்லியிருக்கீங்க. நம்பூத்ரிகள் வேறு ஜாதிப் பெண்களோடு தொடர்பு (பந்தம் புலர்த்துதல்) வைத்துக்கொண்டதாகத் தெரியும். தமிழ்நாட்டிலிருந்து மலையாள பூமி போன தமிழ்ப் பிராமணர்கள் (பட்டர்மார்) கூட பந்தம் புலர்த்தியிருக்காங்களா?

நீல: ஆமா இங்கே நிறைய இருந்ததே அது. அச்சிமார் உண்டு. திருவனந்தபுரத்திலே இருந்தாங்க 'எண்டெ அச்சன் சாமியாணு அம்ம நாயராணு' என்று சொல்லக்கூடிய எழுத்தாள நண்பர்கள் இருந்தாங்க.

கமல்: ஆமா மெட்றாஸ் வெஸ்டிஜெஸ்லேயே அதைப் பற்றி குறிப்புகள் உண்டு.

நீல: அது வந்து எனக்கு ஒரு குறைவாத் தெரியலே. *Free sex* வேணும்னு நான் சொல்லலே. உலக வாழ்க்கையில் இந்த மாதிரி மன விழைவு இருக்கு பாருங்க... சில தேவைகள் வருது. சிவசு எழுதியிருக்கார் இதைப் பற்றி... பள்ளிகொண்டபுரம், அப்புறம்... 'இன்னொரு நாள்'னு சமீபத்தில் எழுதின கதை... மனித மனத்தின் செயல்பாடு... இந்த மாதிரி பல விதமாகவும் இருக்கலாம். நாம இதைக் காட்டுறது பூசி மெழுகித்தான். *Idealism and realism*... ஆதர்சம், ஏக பத்னி விரதனா இருக்கணும், பொய் பேசக் கூடாது, மெய்தான் பேசணும்... சங்க இலக்கியத்திலே பாருங்க... பரத்தையை நாடிப் போகாமல் இருந்திருக்கானா? உண்மையான இலக்கியம் இதையும் சொல்றதுதான். தாஸ்தாவெஸ்கி இதெல்லாம் எழுதியிருக்கார். இங்கே எழுத்தாளன் எழுதினால் அந்த எழுத்தைப் பாவமா நினைக்கறாங்க. எழுதறவனைப் பாவ ஜென்மமாகப் பார்க்கிறாங்க. அசல் வாழ்க்கையிலே இது மாதிரி விஷயங்கள். அதுக்கெல்லாம் பல காரணங்கள் இருக்கலாம். இதுக்கெல்லாம். ஒவ்வொரு காரணமாகப் பார்க்கப் போகலாம். இதுலே விக்ரமன் தம்பியை நாடி கார்த்தியாயினி போறா என்றால், அனந்தன் நாயர்தான் காரணம். அப்படி பல பேர் சொல்றாங்க. பல சூழ்நிலை வருது. ஆணும் பெண்ணும் இந்த மாதிரி... *It is a fact.*

இரா: அனந்தன் நாயருக்குள்ளே தோற்கணும்னு வெறி... ஒரு *defeatism* இருக்குன்னு நான் நினைக்கறேன். அவர் முதல் தடவையாக கார்த்தியாயினியைப் பார்த்து கல்யாணம் பண்ணிக்கும்போது, இவ்வளவு பேரழகா... நான் இதுக்குத் தகுதி உடையவனான்னு யோசிக்க ஆரம்பிச்சுடறார். இந்தப் பெண்ணை நான் இழக்கணும்... அந்தத் துயரத்திலும் பிரிவிலும் ஆற்றாமையிலும்தான் நம் வாழ்க்கையின் நியாயப்படுத்துதலே இருக்குன்னு அவர் நினைக்கற மாதிரி எனக்கு தோணறது.

நீல: இதையும் சொல்லியிருக்காங்க. வாழ்க்கையிலே இந்தச் சூழ்நிலை எப்படி வந்தது? வாழ்க்கையில் அவருக்கு வந்த கஷ்டங்கள்... நோய்க் கொடுமை... வேலை விஷயங்கள்... *basic* ஆக அவருடைய *mental moulding*... மன வார்ப்பு எப்படி இருந்தது... அவருக்கு இந்த அம்மாவை பார்க்கும்போது முதல்

ராத்திரியிலேயே இப்படி நீங்க சொன்ன மாதிரி இருக்கறதா சில குறிப்புகள் இருக்கு. நான் என்ன சொல்ல வரேன்னா, இதெல்லாம் சாதாரண வாழ்க்கையிலே சர்வ சாதாரணமான விஷயங்கள்.

கமல்: எல்லாக் கலாசாரத்திலேயும் அப்படித்தான். இப்ப நீங்க தாஸ்தாவ்ஸ்கின்னு சொன்னதினாலே கேக்கறேன்... உங்களுக்கு அவரோட எழுத்தின் பாதிப்பு எப்படியானது?

நீல: என் வாசிப்பை பத்தி சொல்றேன்... எனக்கு ரொம்ப இளமையான வயசிலேயே திருவனந்தபுரம் பப்ளிக் லைப்ரரி பரிச்சயம் ஆனது. அங்கே ஏகப்பட்ட புத்தகம். புத்தகம் மேலே காதல். புரிஞ்சாலும் புரியாவிட்டாலும் எடுத்துட்டு வந்து தமிழ், மலையாளம், ஆங்கிலம் கூட்டி வாசிக்கத்தான் தெரியும். புரிஞ்சாலும் புரியாட்டாலும் *cover to cover* படிச்சுடுவேன்.

கமல்: அங்கங்கே *skip* பண்ணிட்டு வந்து...

நீல: ஆமா.

கமல்: இது முக்கியமான செய்தி. நான் ஆங்கிலம் படிச்சது அப்படித்தான். சில வார்த்தைகளைப் பிற்பாடு துஷ்பிரயோகம் கூடச் செய்திருக்கேன் அப்போ யாராவது சொல்வாங்க. 'அதை அந்த மாதிரி சொல்லாதே.' 'நான் புத்தகத்திலே படிச்சேன்'னு பதில் சொல்வேன். அவங்க சொல்வாங்க 'வார்த்தை சரிதான்... ஆனா இங்கே அது வராது.' இப்படி.

நீல: இப்படி நிறையப் படிச்சேன். அப்படித்தான் கநாசுவோட பொய்த்தேவு, சாகுந்தலம் தமிழ் மொழிபெயர்ப்பு... சாகுந்தலத்திலேயே அருமையான கவிதை 'வனத்துரு தருக்காள் இளநீர் வார்க்குமுன் தானொரு துளிநீர் பருகாள்' இதெல்லாம் அப்புறமாத்தான் தெரியுது... சும்மா படிச்சுட்டுப் போறது.... கநாசு எவ்வளாவு பெரிய எழுத்தாளர்னு பின்னால்தான் தெரிஞ்சுது. யூனிவர்சிடி காலேஜ்லே படிக்கும்போது ஒரு நிகழ்ச்சிக்கு பிரண்ட்ஸுக்கு இடையில் ஒரு பரிசு தர வந்தார். அப்பத்தான் கநாசுவைத் தெரியும். அவரைத் தெரியாம பொய்த்தேவு படிச்சேன். தெரிஞ்சதும் இன்னொரு தடவை பொய்த்தேவு படிச்சேன். இன்னொரு *meaning* வருது.

கமல்: நான் சொன்னேனே Crime and Punishment-ல் ஒரு குடிகாரன் வருவான். தன் கதையைச் சொல்வான். அந்தக் கதையைச் சொல்லும்போது அப்படியே ஒரு உலகம் விரியும். எனக்கே புரியுது நான் கல்யாணம் பண்ணாம பிரம்மச்சாரியா இருந்தாலும் அந்த உலகம் புரியும். ரொம்ப ஆச்சரியமா இருந்தது.

நீல: ஆச்சரியமான உலகம். அதுலே பூசி மொழுகறது எல்லாம் கிடையாது. மனித வாழ்க்கையிலே மனங்களை... அன்னா கரீனினா... டால்ஸ்டாய்... உலக வாழ்க்கையிலே இதெல்லாம் சர்வ சாதாரணமாகத்தான் நடக்குது. ஆனா இலக்கியத்திலே கையாளும்போது ரொம்பப் பேர் அதை ஏத்துக்கறதில்லே.

கமல்: அவங்க சொல்றது - 'நாம் வழிகாட்டிகள்... நாம் அப்படி எல்லாம் சொல்லக் கூடாது...'

நீல: அதைச் சொல்றது மோசமானது இல்லை... அப்படி இருந்தா இப்படி வருது. இலக்கிய வாசக அனுபவம் ஒரு தனி அனுபவம். ஒரு கலை உணர்வு. அதை இப்படித்தான் நாம் define பண்ணலாம்னு சொல்ல முடியாது. இந்த அனுபவத்துக்காகத்தான் எழுதறோம். நேர்மறையாகவும் எடுக்கலாம், எதிர்மறையாகவும் எடுக்கலாம். எடுக்கறவங்க மனத்தைப் பொறுத்திருக்கு. மற்றதை எழுதினாலும் இதைச் சொல்லலாம், இப்படி எழுதினாலும் சொல்லலாம்.

கமல்: கடை வச்சிருக்கு... குடிக்கறதும் குடிக்காததும் நீங்க செய்யற முடிவு. அதை ஒத்துக்க முடியுது. இதை ஏன் ஒத்துக்க முடியாது?

இரா: கநாசு பற்றி சொன்னீங்க... கநாசுவை ஒரு படைப்பாளியாக இன்னொரு படைப்பாளி சொல்லிக் கேட்கறேன். அவரை ஒரு பட்டியல்காரராகப் பார்த்திருக்காங்க. அப்பப்ப பட்டியலை மாத்துவார்னு சொல்வாங்க. உங்களுக்கு கநாசு மேலே ஒரு பெரிய மதிப்பு உண்டு இல்லையா?

நீல: நீங்க மட்டும் இல்லை... சமீபத்திலே இங்கே வந்த வளர்மதியும் கேட்டார். இப்ப வர்ற எழுத்தாளர்களிலே போன தலைமுறை எழுத்தாளர்களை பற்றியோ அவங்க சாதனை பற்றியோ அவங்களுக்கு ஒண்ணும் தெரியாது. படிக்க மாட்டாங்கன்னு நினைக்கறேன். எல்லா எழுத்தாளனுக்கும் தான் எழுதினதுதான் எழுத்துன்னு தோணலாம். எனக்கும் தோணியிருக்கு. ஆனா

நான் ஒரு கண்ணிதான். எனக்கு முன்னும் உலகம் இருந்தது. பின்னும் இருக்கும்.

கமல்: மரபுத் தொடர்ச்சி...

நீல: ஆமா மரபுத் தொடர்ச்சிதான். நான் ஏன் *supress* பண்ணணும்? எனக்குத் தெரியாது கநாசு அந்தக் காலத்திலே எழுதினார். மௌனி எழுதினார். தி.ஜானகிராமன் எழுதினார். அதுலேதான் நானும் வரேன். (வட்டார வழக்கு) கொச்சை நாவல் பத்தியோ பிராந்திய நாவல் பத்தியோ யாரோ சொன்னாங்களாம்... பத்மநாபன் பேர் இல்லைன்னாக் கூட நான் கவலைப்பட மாட்டேன்னு. நான்தான் எழுதினேன், இவர் எங்கே எழுதினார்னு கேட்டாக்கூட எனக்கு கவலை இல்லை. ஏன்னா நாம் (அப்படி எழுதறதை) செஞ்சுக்கிட்டு இருக்கோம். அதுனாலேதான் கநாசு பண்ணினது முக்கியம். கநாசுக்கு இருந்த ஒரு *peculiar* தன்மை பற்றிச் சொல்றேன்... கநாசு நாவல்லே 'வாழ்ந்தவர் கெட்டால்'னாலும் சரி, 'பொய்த்தேவு'ன்னாலும் சரி... ஜானகிராமன்கிட்டே இருந்த ஈர்ப்பு... *attraction*... கநாசுகிட்டே வரலே. ஜானகிராமனை ஒப்புக்குவாங்க. கநாசுவை ஒப்புக்க மாட்டாங்க. ஜானகிராமன்கிட்டே அவர் எழுத்தில் ஒரு பாலுணர்வு *sex* மயக்கம்... குறையாச் சொல்லலே... அதுவும் நமக்கெல்லாம் வாழ்க்கையில் வேண்டியது.

கமல்: ஆமா ஜானகிராமன் அதைக்கூடக் கொச்சையாச் சொல்லலே அவரோட நாவல்.

இரா: மோகமுள்?

கமல்: 'உறை அவிழ்த்த வீணையாய் மடியில் சாய்ந்தாள்'ம்பார். என்னென்னமோ வரும். *form... shape...*

நீல: அம்மா வந்தாள்... நல்லாத்தான் எழுதியிருந்தார். படிக்கும்போது கலை உணர்வு வரும். மற்ற வாசகர்களுக்கு அது போதும். கநாசுகிட்டே அதுவும் கிடையாது.

இரா: அதுக்கு மேலே போகணும்...

நீல: அவரே சொல்லியிருக்கார், நான் கட்டுரைக் கதைதான் எழுதிட்டு இருக்கேன்னு சொல்வார். அவரு அதை சக்கையாகத் தள்ளுவார். அவருக்குத் தனித்தன்மை இருந்தது. அவரோட பொய்த்தேவு படிச்சா...

இரா: பொய்த்தேவு படிச்சிருக்கேன்.

நீல: வாழ்ந்தவர் கெட்டால்?

இரா: படிக்கலே. பொய்த்தேவுதான் ஞாபகம் வருது. தாமஸ் வந்தார்னு கடைசியிலே எழுதினது படிச்சிருக்கேன்.

நீல: எல்லாமே அப்புறம் நடுத்தெரு இலக்கிய வட்டத்தில் வந்து புத்தகமானது. அவரோட படைப்புகளோட தனித்தன்மை வந்து... நகுலன்கிட்டேயும் அதானே. நிறைய பேரை நகுலன் *encourage* பண்ணியிருக்கார். அவர் சோதனை பண்றார்னா அவரை ஒப்புக்குவாங்க. கநாசு அப்படி இல்லே. உண்மையைச் சொல்வார். அதுனாலே ரொம்ப பேருக்கு எதிரி ஆகிட்டாரு. ஜானகிராமனோட மோகமுள் பற்றி சொன்னீங்க. அது *craft*-லேயும் கற்பனையிலும் சரி நல்ல நாவல்.

கமல்: சினிமாவாக ஆக்கியிருக்காங்க

நீல: சரியாக வரலே.

இரா: பள்ளிகொண்டபுரம் திருவனந்தபுரத்தைக் களமாக்கினது போல் மோகமுள் கும்பகோணத்தைக் களமாகக் கொண்டது. மோகமுள் கும்பகோணம் தவிர வேறு இடத்தில் நடக்கலாம் ஆனா பள்ளிகொண்டபுரம் திருவனந்தபுரத்தில் மட்டும்தான் நடக்க முடியும். ஏன்னா, அந்த நகரமே அந்த நாவலில் ஒரு முக்கியமான கேரக்டராப் போயிருக்கு. இப்படி பௌதிகமான வெளி மனுஷனோட மன வெளியைப் பாதிக்கறது அபூர்வமானது. இந்த மாதிரி நடக்குமா?

கமல்: எது?

இரா: இப்படி ஒரு இடம்... ஒரு நகரம்... படைப்பைப் பாதிக்கறது...

நீல: நீங்க சொன்னபோது நான் வேறே ஒண்ணு சொல்லணும். பள்ளிகொண்டபுரம் ஒற்றை இருப்பில் உட்கார்ந்து எழுதினது. மோகமுள்ளை திஜா சுதேசமித்திரன்லே தொடர்கதையா எழுதினார். அதுனாலே சில இடங்கள் நீர்த்துப் போயிருக்கலாம். குறையாகச் சொல்லலே.

கமல்: ஆமா, அது ஒரு முறை... அவர் எழுதினது.

நீல: *Readability* இருந்தது உண்மைதான். படிக்க ஒரு சுகம்

இருந்தது. அது அதோட தனித்தன்மை. பள்ளிகொண்டபுரத்தை எடுத்தீங்கன்னா. அப்படி இருக்காது. கநாசு சொன்னது மாதிரி குறை வேணும்னா சொல்லலாம். சில இடங்கள்லே *crisp* ஆகப் போயிருக்கலாம். சில இடத்திலே கதாகாலட்சேபம். கதாகாலட்சேபம் கேக்கறவங்களுக்கு *melody* பிடிக்காது. *melody* கேக்கறவங்களுக்கு கதாகாலட்சேபம் பிடிக்காது. என்னடா நீட்டி நீட்டிப் பாடிட்டு போகறான். எங்கே போய் நிக்கும்னு கேப்பாங்க. ஒவ்வொருத்தரோட தனித் தன்மையோடு மனம் இயங்கும். மோகமுள் நடக்கும் இடம் கும்பகோணமாக இருந்தாலும் கூட. எனக்குத் தோணினது என்னன்னா. மோகமுள்ளை ஒரே புத்தகமா உட்கார்ந்து எழுதியிருந்தா தனித்தன்மை வந்திருக்குமோ என்னமோ. ஆனா அம்மா வந்தாள் நாவலுக்கு அந்தக் குறை சொல்ல முடியாது.

கமல்: முடியாதுதான்.

நீல: தி.ஜானகிராமன் எனக்குப் பிடித்த எழுத்தாளர். கநாசு மாதிரி பிடித்த எழுத்தாளர்தான்.

கமல்: இப்போ எங்களுக்குத் தேவையான ஒரு விஷயம் கேட்கலாமா? Rewriting எவ்வளவு பண்ணுவீங்க?

நீல: நான் நிறைய பண்ணியிருக்கேன். முன்னாடி. இப்ப பண்றது இல்லே. தலைமுறைகள் எல்லாம் ரெண்டு மூணு தடவை எழுதியிருக்கேன்.

கமல்: முழுவதுமா?

நீல: ஆமா, முழுவதும். எனக்கு வந்து மன இயக்கம் சித்தம் போக்கு சிவன் போக்கு. விறுவிறுன்னு எழுதிட்டு போவேன். எனக்கே படிக்க கஷ்டமா இருக்கும். எழுத்தெல்லாம் எனக்கே மறுபடி படிக்கும்போது என்ன எழுதினேன்னு தெரியாது. அந்த வேகத்திலே *without editing* எழுதிட்டே போவேன். திரவியத்தை எழுதறதா இருந்தா அவனோட *mental working* மறந்து போயிடும்னு அவசரம். இப்படி....

கமல்: கனவு மாதிரி... அடுத்த நாள் யோசிச்சா விட்டுப் போயிடும்.

நீல: இடையிலே பல விஷயங்கள் இருக்கு பாருங்க. ராத்திரி தான் எழுத்து. வேலைக்குப் போனா பகல்லே ஆபீஸ். குடும்ப

விஷயம். ராத்திரி உக்காந்து எழுதி ஆரோக்கியம் பாதிக்கப்பட்டது. எப்படியும் எழுதி முடிச்சுடணும்னு எழுதறது. இஞ்சினீயரிங் காலேஜ் படிக்கும்போது வீட்டுக்குப் பக்கம் நாடகக் கொட்டகை இருந்ததாலே படிக்கறது நாடகம் தீர்ந்துதான் படிப்பேன். சத்தம் இல்லாமல் அமைதியாக இருந்தால்தான் படிக்க முடியும். அது போல் எழுதறது. அப்படி எழுதும்போது விறுவிறுனு நிறைய எழுதுவேன். சில நேரம் ரெண்டு மூணு *draft* எடுக்க வேண்டி வரும்.

கமல்: அந்த draft-க்கு நீங்க திரும்பிப் போய் நடுவிலே நடுவிலே எடுப்பீங்களா? அல்லது முழுதாகவே எடுப்பீங்களா?

நீல: முழுசா எடுப்பேன். *continuity* இருந்தாகணும். முதல்லே இருந்தே எழுதுவேன்.

இரா: தொழில்நுட்பம் நாம் பயன்படுத்தினால்... இதே நாவலை மடிக் கணினியில் எழுதக்கூடியதாக இருந்தா, அந்த மாதிரி முழுவதும் மறுபடி எழுத எளிதாக இருக்கும் இல்லையா? எல்லாத்தையும் களைஞ்சு தூக்கிப் போடாமல் என்ன வேணுமோ அதை வச்சுக்கலாம். என் நாவல்களை நான் கம்ப்யூட்டரிலேதான் எழுதறேன்.

நீல: ஆமா, டெக்னாலஜி இப்போ வந்துட்டுத்து. அருந்ததி ராய் கூடச் சொன்னாங்களே... கம்ப்யூட்டர் இல்லாம இருந்தா என் நாவலை நான் எழுதியிருக்க மாட்டேன்னு. கம்ப்யூட்டர்லே :அங்கங்கே எழுதி ஏத்தலாம். கையாலே எழுதும்போது முடியாது.

கமல்: ரொம்ப கொசகொசன்னு ஆயிடும். கோலம் மாதிரி. கழுதையைக் கழுவி ஊத்திட்டுப் புதுசா எழுதுன்னு போயிடுவோம்.

நீல: ஐயோ, பெரிய அவஸ்தை. கவலையா இருக்கும். எழுதிய பிற்பாடு, மொத்தமா எழுதின பிற்பாடுகூட திடீர்னு ஞாபகம் வரும். கூனாங்கண்ணி பாட்டா இந்த மாதிரி பேசினாரா இல்லியான்னு திருப்பிப் பார்த்து அங்கே கொண்டு போய் புகுத்தணும். அந்த கம்ப்யூட்டர் வேலையும் செஞ்சிருக்கேன். பெரிய் அவஸ்தை. *easy* இல்லையே, எழுத இடம் இருக்காது.

கமல்: கம்ப்யூட்டர் எழுத்தில் வசதி. அதை நகர்த்தி வச்சுடலாம்.

இரா: காப்பி பண்ணிட்டுப் புதுசா எழுதலாமே.

நீல: எழுத்து பிரசவ வலி மாதிரிதான். *Health affect* பண்ணும். நம்ம *blood pressure* எடுத்துப் பார்த்தா ஒரேயடியாக ஏறி இருக்கும். வாழ்க்கையை... குடும்ப வாழ்க்கை மற்ற வாழ்க்கையை *affect* பண்ணிடும். 24 மணி நேரம் மனசிலே எழுதற *process* தான். சதா பைத்தியம் மாதிரி திரவியம் ஸ்கூல் போயிருக்கான்...' 'டீச்சர் வந்திருக்கா. 'அவன் அக்கா நாகம்மையைக் கொண்டுபோய் விடறான்' இப்படி மனசுலே ஓடிட்டே இருக்கும்.

*இரா:*கம்ப்யூட்டர் *background process* மாதிரி...

நீல: ஆமாம். இப்படி மனசைப் போட்டு படுத்தி. தேவையில்லாமே... இப்பத்தான் நான் சொன்னேன். *life long* இப்படி எல்லாம் அவஸ்தைப்பட்டுப் பண்றோம். ஒண்ணுமே இல்லாமே எல்லாமே பேசாமப் பண்ணிட்டுப் போறாங்க (சிலர்). உலக வாழ்க்கை அவ்வளவுதான்.

கமல்: சில பேர் சொல்வாங்க... நான் ஒரு சிகரெட் பிடிச்சது கிடையாது, கெட்ட பழக்கமே கிடையாது, இப்படி வந்துடுத்தே... அவனைப் பாருங்க, இப்படி இல்லையே-ன்னு...

நீல: ஆமா, சில நேரம் பலவீனமான தருணங்களிலே இவ்வளவு அவஸ்தை எதுக்குன்னு தோணும். பிறந்து வளந்த காலத்துலே இருந்து மனசுலே கிடந்த விஷயம் எல்லாம் இந்த நாவல்லே வந்திருக்கு. உக்காந்து எழுதவே மூணு வருஷம் ஆச்சு. எழுதின அப்புறம் போட ஆள் கிடையாது. பாருங்க எவ்வளவு அவஸ்தை...

கமல்: ஒருவேளை வாரப் பத்திரிகையிலே அடுத்த வாரம் வேணும் கொடுங்கன்னு கேட்கற மாதிரி இருந்திருந்தா வேறே மாதிரி இருந்திருக்குமா? இல்லே சண்டை போட்டிருப்பீங்களா?

நீல: இருந்திருக்கலாம். என்னோட *way of writing* ஒத்து வருமான்னு தெரியாது. எனக்கு (மொத்தமாக எழுதிப் போகிற போது). முதல்லே இருக்கறதைக் கொஞ்சம் மாத்தணும்னு தோணும்.

கமல் : முதல் அத்தியாயம் போய்ச் சேர்ந்து பிரசுரம் ஆகியிருக்கும். அப்புறம் மாத்தறது சாத்தியமில்லாம போயிருக்கும்.

நீல: ஆமா... நம்ம *scheme of things..* அப்பப்ப நமக்கு இப்படி மாத்தணும்னா முழுத் திட்டம் போட முடியாதுங்கறதாலே அதெல்லாம் முடியாது.

இரா: உங்க நாவல் தாமரையில் நாலைந்து மாதம் தொடர்ந்து வந்து படித்தது. ஆடி ஆடி வந்து கொண்டிருந்தான் அவுரச்சன்... மின் உலகம்?

நீல: அது 'அனுபவங்கள்'. அது எப்படி தெரியுமா? மின்னுலகம் தீபம் - ஒரே இதழில் வந்தது. அனுபவங்கள். எங்கப்பா இறந்த நேரம். வாழ்க்கையில் பெரிய அதிர்ச்சி. யாத்திரைன்னு நான் எழுதிய நாவல். நண்பன் இறந்து அவன் பிணத்தை நாலு பேர் தூக்கிப் போறாங்க... அதை நான் கல்யாணம் கழிச்ச வருஷம் எழுதினேன். யாத்திரை ரெண்டாமத்து நாவல். மூணாமது நேற்று வந்தவன். நாலாவது நாவல் தலைமுறைகள். அது முதல்லே பேசப்பட்ட நாவல். உதயதாரகை *romantic*.. டீச்சருக்கும் ஸ்டூடன்டுக்கும்...

கமல்: ***Almost, teen age-***லே அவங்களுக்கு சக வயசுக் காரங்களோட ஈர்ப்பு தோணவே தோணாது. ஏன்னா வளரணும்னு ஆசை இருக்கும்.

இரா: கைக்கிளை, பெருந்திணை போலவா?

கமல்: அதை நோக்கித்தான் அவன் வளர்ச்சியே இருக்கறதாலே அதுதான் தன்னோட ஜோடின்னு தோணும். ஒரு உருவகம்... குழந்தைகள் இன்னும் போடு இன்னும் போடுன்னு கேட்கற மாதிரி.

நீல: ஆமா, உதயதாரகை நாவல். அப்புறம்தான் தலைமுறைகள். பயணிகள். மின்னுலகம். எங்கப்பா இறந்தது பெரிய அதிர்ச்சி. அப்பாவைப் பொறுத்தவரை திடீர்னு மாரடைப்பு வந்ததாலே... எழுபது எழுபத்திரெண்டில் அப்போ எல்லாம் அதுக்கு மருந்து கிடையாது. நான் மூத்த மகன். உறவுகள் படிச்சாலே சில விஷயம் கிடைக்கும்... சில விஷயங்கள்... *Promotiion* ஆகி புனலூர்லே உத்தியோகம்... அப்பாகூடவே உட்கார்ந்திருந்தேன். மெடிகல் காலேஜ் ஆஸ்பத்திரியிலே இறந்துபோனார். அவர் மேலே ஒரு பிரியம். *He was very friendly with me.* அவர் இறந்த பிறகுதான் நான் தாடி வளர்க்க ஆரம்பிச்சேன். திகசியும் வல்லிக்கண்ணனும் அப்போ வந்திருக்காங்க. திகசி தாமரை பத்திரிகை ஆசிரியராக இருந்தார். நீங்க அவசியம் நாவல் எழுதுங்க. தாமரையிலே வரப் போறதுன்னு அறிவிப்பு போட்டுடறேன்னார். விடாப்பிடியா

தொடர்ந்து தபால் அட்டையிலே எழுதி அனுப்பி எனக்கு அடிக்கடி நினைவு படுத்திட்டிருந்தார். அப்போ தான் அனுபவங்கள் நாவல் உருவானது. நான் ஒரு நாவலும் வேறு யாரையும் வச்சு எழுத மாட்டேன். ஆனால், அனுபவங்களை *dictate* பண்ணி மனைவியை வச்சு எழுத வச்சேன். அந்த ஒரு நாவல். படுக்கையிலே கிடக்கேன். என்னெல்லாமோ நினைப்பு டாக்டர் கிட்டே போனேன். *acidity... heart problem...* மனநிலை பாதிக்கப் படலே. ஆனா அப்பா பத்தின நினைவுகள். *depression...* அப்போ எனக்கு இருபத்தெட்டு, முப்பது வயது. அந்த நேரத்தில்தான் அனுபவங்கள் நாவல். அந்த ஒரு நாவல்தான் பத்திரிகைக்காக எழுதின நாவல். யாத்திரை, அனுபவங்கள், சமர் மூணையும் சேர்த்துப் புத்தகமாப் போட்டாங்க.

இரா: உங்க அப்பாவோட மரணம் பாதிச்சது பற்றிச் சொன்னீங்க. நான் படிச்சவரைக்கும் மன அவசங்களுக்கு உங்க எழுத்திலே முக்கிய இடம் இருக்கு. அவைதாம் நாவலையே வழி நடத்திப் போகுது. பள்ளிகொண்டபுரம். தலைமுறைகள், அந்த அனந்தன் நாயர் உற்சாகமான அனந்தன் நாயராக இருந்தா பள்ளிகொண்டபுரம் எப்படி போயிருக்கும்? இதை பள்ளிகொண்டபுரம் நாவல் அண்மைப் பதிப்புக்கு முன்னுரை எழுதிய சுகுமாரனும் கேட்டிருக்கார்.

நீல: என் கிட்டேயும் வேறு பலர் கேட்டிருக்காங்க. இன்னொண்ணும் கேட்கறாங்க. பாருங்க... எனக்குப் பாட்டு கூட *melody* கேட்கறது சுகமான அனுபவம். தமிழ்நாட்டுலே ஒரு காலேஜ் இருக்கு... ஐயப்பா காலேஜ்னோ என்னவோ பெயர். அங்கே சமாஜத்துலே பேச என்னைக் கூட்டிட்டு போனாங்க. டீச்சர்தான் கூட்டிப் போனது. அங்கே மாணவர்கள் மலையாளத்தில் பாடினாங்க- வயலார் பாட்டு. புஷ்ப பாதுகம் புறத்து வச்சு நீ...

இரா: சக்ரவர்த்தினி நினக்கு நானொரு சில்ப கோபுரம் துறன்னு.

நீல: ஆமா, எனக்கு அது மாதிரி பாட்டு கேட்டால் கண்ணு நிறைஞ்சிடும். பாருங்க... அடுத்த பாட்டு தமிழ்லே பாடினாங்க. முஸ்தபா முஸ்தபா. உண்மையிலேயே எனக்கு... முஸ்தபா பாடலை எல்லாம் குறை சொல்லலே. உடனே நான் பக்கத்துலே இருந்த தமிழ் ஆசிரியைகிட்டே சொன்னேன்... 'ஏம்மா மலையாளத்திலே நல்ல பாட்டாப் பாடிட்டு தமிழ்லே..., ஏன் சார், இந்தப் பாட்டுக்கு

என்ன... நல்லாத்தானே இருக்கு-ன்னாங்க. அவங்க சொன்னதும் சரிதான். என் மன வார்ப்புக்கு, *tragedy*-யிலே ஒரு ஈடுபாடு உண்டு. ஷேக்ஸ்பியர்... அவர் ஹென்றி போர்த் எழுதினாலும் கூட, ஒதெல்லோ, ஜூலியஸ் சீசர்... டிராஜடிதான் மாஸ்டர்பீஸ் ஆகியிருக்கு. *Light*-ஆக, நகைச்சுவையோடு நானும் சில சிறுகதைகள் எழுதியிருக்கேன்.

இரா: ஆமா ஊமையன் துயரம் ஞாபகம் வருது. ரொம்ப சீரியஸாப் போய்ட்டு, முடியும்போது தடால்னு அந்த ஆள் இன்னும் உயிரோடுதான் இருக்கார்னு முடியும்.

கமல்: சாரோட படைப்புகளின் பின்புலத்தில் இருந்து நான் சொல்றேன்... நகைச்சுவைங்கறது *intellectual pursuit. Arithmetic* அடிப்படைகூட நகைச்சுவைக்கு உண்டு. ஆனா *tragedy* உணர்வு பூர்வமானது. அது எல்லோருக்கும் தெரிஞ்ச, அனுபவப்படுகிற விஷயம்.

நீல: அதுதான் நம்ம மனசை ரொம்பப் பாதிக்குது. மத்தது நாம சொல்ல வேண்டிய தேவை இல்லையே. சந்தோஷமா இருக்கக் கூடியவங்களை சங்கடப்படுத்த நாம எழுதலேதான். தலைமுறைகள் நாவலைப் பற்றிக்கூட சிலபேர் கேட்டாங்க... ஏன் சார் கடைசியிலே கல்யாணம் பண்ணி வச்சிருக்கலாமில்லே... ஏன் டிராஜடியா முடிச்சுட்டீங்க? அப்படீன்னு... கல்யாணம் பண்ணி வைக்க எனக்கு ஆசைதான். ஆனா அது நடக்கலியே... நான் என்ன பண்றது?

(சிரிப்பு)

இரா: உங்க நாவல்கள் எல்லாத்திலேயும் பாத்திரங்கள் நிறைய பழஞ்சொல்- பழமொழி பயன்படுத்தறாங்க. அந்தக் கால சமுதாயத்தில் இப்படி இருந்ததா? படிக்கும்போது சுகமா இருக்கு. எங்கேயும் நெருடறது இல்லே. அது உண்மைதான்.

நீல: என்ன காரணம்னா, நான் கூட்டுக் குடும்பத்தில் இருந்து வந்தவன். நான் சொன்னேனே என் பாட்டி... பாட்டியோட கதை கேட்கறதிலே நான் ரொம்ப ஈடுபாடு உள்ளவன். அவங்க நெறைய பழமொழி சொல்வாங்க. தமிழிலும் மலையாளத்திலும் நிறைய உண்டு.

இரா: ஆமா உங்க நாவல்லே படிச்சிருக்கேன்.

கமல்: வீராசாமி செட்டியார் விநோத ரச மஞ்சரியில் பழமொழிகளைப் பற்றி வரும்...

நீல : ஆமா, வேலி சாடுன்ன பசுவினு கோலில் உண்டு மரணம்னு ஒரு பழமொழி. நான் எழுதி, கீழே விளக்கமும் கொடுத்திருக்கேன். மரியாதைக்கு பேசாம இருக்கறவங்களுக்கு குழப்பம் இல்லை. சிலர் வேலி சாடற பசு மாதிரி போய் மூக்கை நுழைச்சு அவதிப்படறது பற்றி. தமிழ்லே பழமொழி நானூறுன்னே பிற்கால இலக்கியம்.

கமல்: நிறைய இருக்கு. இன்னொண்ணு எனக்கென்ன தோணுதுன்னா என் கருத்து... பழமொழி என்பது சிறுகதையின் மூதாதையார். ஏன்னா நம்ம மாதிரி கருத்துகளைப் பதிவு செய்யறது அந்தக் காலத்திலே எல்லோருக்கும் முடியாது. இவர் மாதிரி எழுத இவரோட பாட்டி மாதிரியான பெண்மணிகளாலே அப்போ முடியாது... அனுமதியும் இருந்திருக்காது. முழுக்கதையை, தலைப்பு போல ரொம்ப வேகமாகச் சொல்ல அதை ஒரு பழமொழியாக, அவங்க பதிவு செஞ்சிருக்காங்க.

நீல: ஒரு நெடிய பாரம்பரியம் கொண்ட, தலைமுறை தலைமுறையாகத் தொடர்ந்து வர்ற, தமிழ் மாதிரி ஒரு சமூகத்துக்குத் தான் வார்த்தைகளை இப்படி சுருக்கி வாழ்க்கை அனுபவத்தைக் கொடுக்க இயலும். சுருக்கமான, வளவளன்னு இல்லாம புதுக் கவிதை மாதிரி. அதை நினைவு வைக்க சூத்திரம் மாதிரி எதுகை மோனை இருக்கும். என் எழுத்திலே அது தன்பாட்டில் புழங்கி வரும். ஆபீஸ்லேகூட நான் அவற்றை சாதாரணமா சொல்வேன். எழுத்திலே வேணாம்னு தவிர்க்கறது இல்லை. வீட்டிலும் சொல்றதுதான். வீட்டுலே பெரிய குடும்பம். எங்கம்மாவுக்கு எட்டு சகோதரிகள். தக்கலையில் பிறந்த வீடு. அவங்க எல்லாம் இருந்து பேசும்போது புதுசா ஏதாவது பழமொழி காதுலே விழும் என்பதாலே நானும் போய் உக்காருவேன். கோபி வந்தாச்சுன்னு சொல்வாங்க. கோபின்னு என்னை வீட்டில் கூப்பிடுவாங்க. கேட்கிற பழமொழியை எழுதி வச்சுக்கறதெல்லாம் இல்லே. அது பாட்டுக்கு மனசில் வரும்.

கமல்: பழமொழி ஒரு *code word* பரிபாஷை மாதிரி. இந்த மாதிரின்னு கோடி காமிச்சுட்டா, முழுசுமே சொல்லாமே விளங்கிடும்.

நீல: ஆமா, இந்த நாலைஞ்சு வார்த்தையை மட்டும் சொல்லிட்டா துல்லியமாக விளங்கிடும். பாருங்களேன். வேலி சாடுன்ன பசுவினு கோலிலுண்டு மரணம்னா, எவ்வளவு அர்த்தம் அதில் வந்துடுச்சு... சும்மா இருந்தாக் குழப்பம் இல்லே. போய் ஏதாவது தகிடுதத்தம் செஞ்சா...

இரா: இன்னொண்ணுகூடச் சொல்வீங்களே... நீர்க்கோலி நெனச்சா...

நீல: ஆமா, நீர்க்கோலி நெனச்சாலும் அத்தாழம் முடக்குன்ன ஸ்திதி.இந்த சேறைன்னு சொல்வாங்களே. அது பண்ணியாச்சுன்னா ராத்திரி சாப்பிடக் கூடாதுன்னு சொல்வாங்க. பெரும்பாலும் எல்லாத்துக்குமே ஒரு காரணம், பின்னணி இருக்கு. *Effect* இருக்கு. எதையுமே நாம தள்ள முடியாது.

கமல்: வீராசாமி செட்டியார் பக்கத்துக்கு நாலு பழமொழி உதிர்த்துக்கிட்டே போறார். தம்பிடிக்கு நாலு பட்டுத் துணி வித்தாலும் நாய்க்கு கோமணத்துக்கு ஆகுமான்னு அதில் ஒண்ணு...

(சிரிப்பு)

நீல: ஆமா, சிலதை நேரடியாச் சொல்லவும் முடியாது. ஆனா ரொம்ப அர்த்தத்தோடு இருக்கும்.

கமல்: புரியாதவன்கிட்டே சொல்ற மாதிரி... நாய்கிட்டே போய் பட்டுக் கோமணம் விக்க முடியாது.

நீல: குளத்தோடு கோவிச்சுக்கிட்டுன்னு ஒரு பழமொழி கூட இது போலத்தான். நீங்க இந்தக் கேள்வி கேட்டதிலே சந்தோஷம்.

இரா: பள்ளிகொண்டபுரம் நாவல்லே சட்டாம்பி சுவாமிகள் எப்படி வந்தார்? அவர் ஒரு கதாபாத்திரத்திடம், 'பிரபாகரா, குருவை பரீட்சை பண்ணாதே'ங்கறார். சட்டாம்பி சுவாமிகள் தானா. இல்லே. அவர் போல...

நீல: சட்டாம்பி சாமிகள்தான். அவர் வாழ்க்கையிலே இப்படி ஒரு நிகழ்வு இருந்ததாச் சொல்றாங்க.

இரா: உங்க கதைகளிலே ஒரு ஆன்மிகத் தேடல் வந்துட்டிருக்கே...

நீல: ஆமா, கூண்டினுள் பட்சிகள் படிச்சிருக்கீங்களா?

ஏதோ ஒரு பக்கம்

இரா: இல்லியே...

நீல: கூண்டினுள் பட்சிகள் படிச்சதில்லையா? மைசூர் சென்ட்ரல் இன்ஸ்டிட்யூட் ஆப் லேங்க்வேஜஸ்லே கதாபாரதின்னு ஒரு ஸ்கீம் வச்சிருக்காங்க.

இரா: ஓ. கூண்டினுள் பட்சிகளா? சாரி. சரியாக் கேட்கலே. படிச்சிருக்கேன்.

நீல: என் தொண்டையும் கம்மிடுத்து வயசுக் காலத்துலே. இந்த மாதிரி ஒரு ஆள் இருந்தாரான்னு எதிர்காலத்திலே கேட்க நீங்க இதைப் பதிவு பண்ணிட்டு இருக்கீங்க. கூண்டினுள் பட்சிகள்... அதுலே நான் இதைக் கையாண்டிருக்கேன். நீங்க தலைமுறைகளை எடுத்தாலும் அதிலே கூனாங்கண்ணி பாட்டா, உண்ணாமலை ஆச்சி... அவங்கெல்லாம் ஆத்மீகமா யோசிச்சு நடமாடறவங்க. இதை நான் வேணும்னு சேர்க்கலே. இதெல்லாம் நான் சின்ன வயசிலே... இப்ப நீங்க சொன்னீங்களே... பள்ளிகொண்டபுரம்... அதிலே இன்னொரு கேரக்டர். பாஸ்கரன் நாயர். இதுக்குக் காரணம்னா... நான் நேரமே சொன்ன மாதிரி யாத்திரைன்னு... இத வந்து... இப்போ சமீபத்துலே ஒரு நேர்காணல்லேகூடச் சொல்லியிருந்தேன். அந்தக் காலத்தில் எங்க தெருவிலே பாட்டிமார், வயசானவங்க நிறைய இருந்தாங்க. சின்னக் குழந்தைப் பிராயத்திலே தெருவிலே அடிக்கடி சாவு நடக்கும். நாள் கணக்காக் கிடப்பாங்க. அப்புறம் சாவு. இதெல்லாம் வாழ்க்கையிலே ஒரு அங்கம்னு அப்பவே பட்டது. ராமாயணம், கருட புராணம் எல்லாம் அப்போ வாசிப்பாங்க. அப்போ வயசானவங்களை பாரம்னு எங்கேயாவது கொண்டு தள்ள மாட்டாங்க. ஹோம் நர்ஸ் வரமாட்டாங்க. வீட்டோடதான் இருப்பாங்க. என் பெரிய பாட்டி கூட இப்படித்தான். அடிக்கடி தெருவிலே இப்படி இறப்பு நடக்கும். வீட்டுலே சொல்வாங்க... இதையெல்லாம் பாக்காதே. பார்த்தா ராத்திரியிலே பயப்படுவே. கனவு காணுவே. உள்ளே வந்துடும்பாங்க. நான் அதை எல்லாம் கேட்கமாட்டேன். சங்கெல்லாம் ஊதிக்கிட்டு எடுத்துப் போவாங்க. சின்னத் தெரு பாருங்க... சின்ன வயசிலே இருந்தே இதைப் பார்த்துப் பார்த்து வளர்ந்திட்டேன். மரணம்... நேற்றைக்கு இருந்தார்... இப்போ இல்லே. இந்தப் புரிதல்... என் ஆத்மீகத் தேடலுக்கு நான் சந்தித்தபடி இருந்த மரணம் ஒரு முக்கிய காரணமா

இருக்குமோன்னு இப்போ எனக்கு தோணறது. சாவு விழுந்த வீட்டுப் பக்கம் அது நடந்து கொஞ்ச நாள் போக மாட்டாங்க. பயம்.. பேய் பிசாசு இப்படி... புதுமைப்பித்தன் சொன்ன மாதிரி... நீங்க பேய் பிசாசை நம்பறீங்களா. இல்லே ஆனா பயமா இருக்கே அப்படி. மண்ணின் மைந்தன் கதையிலே சமீபத்திலே வந்தது நான் இதை சொல்லியிருக்கேன். இப்படி அந்தக் காலத்திலேயே மனசுலே படிஞ்சது என் ஆத்மீகச் சிந்தனைக்குக் காரணமாக இருக்கலாம். ஆனா இது முழுக்க முழுக்க வந்தது கூண்டினுள் பட்சிகள் எழுதும்போதுதான். அதுக்கு முன்னாடி அப்படி இல்லை. வாழ்க்கை இப்படித்தான் இருக்கும்கற போதம். என்ன தான் கழுதையாக் கத்தினாலும் நடக்கறது நடந்துட்டுத் தான் இருக்கும். நம்மால் சிலவற்றை சாதிக்க முடியும். ஐடியலிசம் ரியலிசம் இந்த போராட்டம். சில விஷயங்களைச் செய்யணும்.. நான் மெடிடேஷன் பண்ணுவேன்... பரமஹம்ச யோகானந்தர் ஆசிரமம்... ராஞ்சியிலே இருக்கு... அங்கே போயிருக்கேன். வாழ்க்கை அது பாட்டுக்கு ஆறுபோல போய்க்கிட்டுத்தான் இருக்கும். நம்பிக்கையின்மையோடு சொல்லலே. மத்தவங்களைத் திருத்திட்டுத்தான் ஓய்வேன்னு புறப்பட்டா நம்ம பிளட் பிரஷர் தான் கூடும். தேவையில்லாம நாம எல்லோர்கிட்டேயும் கெட்ட பெயர் வாங்குவோம். மனைவி ஆனாலும் சரி, குழந்தைகள் ஆனாலும் சரி, இலக்கியம் ஆனாலும் சரி... நம்மைப் பத்தி தப்பா மத்தவங்க சொன்னாக் கூட அது தப்பில்லேன்னு போய் argue பண்ணாதே. *Learn to accept blind criticism even though it is unjustifed and untrue, silently without retaliation* அப்படின்னு சொல்வாங்க. அது பாட்டுக்கு நடக்கும். இதுக்கு அப்புறம் ஒண்ணுமே இல்லே பாருங்க. அந்தக் காலத்திலே, இவ்வளவு கஷ்டப்பட்டு எழுதினோம் அதைப் போய் இப்படி சொல்லிட்டாங்களேன்னு எல்லாம் மனசு கஷ்டப்படும். இப்போ அப்படி இல்லை. அப்படியும் ஒரு கருத்து இருக்கலாமே.

கமல்: உங்க அனைத்துப் படைப்புகளையும் தொகுத்து வெளியிட முயற்சி ஏதும் நடந்துட்டிருக்கா?

நீல: சாகித்ய அகாதமியில் ஒரு பதிப்பு போட்டிருக்காங்க. *Neela Padmanabhan, a reader*-னு தலைப்பு. பிரேமா நந்தகுமார்தான் அதை எடிட் பண்ணியிருக்காங்க. ரொம்ப முயற்சி எடுத்து...

வேறே எழுத்தாளர் யாருக்கும் வந்திருக்கறதாத் தெரியலே. அந்த CD எல்லாம்கூடத் தொலைஞ்சு போயிடுச்சு. ஐயப்பப் பணிக்கர் அகாதமி பதவியில் இருந்த நேரத்தில் வந்தது. என் எல்லாப் படைப்பில் இருந்தும் கொஞ்சம் கொஞ்சம் எடுத்துப் போட்டு... க.நா.சுவோட மொழிபெயர்ப்பு, நாவல் பகுதிகள், சில கதைகள்... என் சில கவிதைகள், கட்டுரைகள்... மொழிபெயர்ப்பு நானே செய்தது எல்லாம் சேர்த்து நல்ல ஒரு அறிமுகத்தோடு சிறப்பாக வந்திருந்தது அது. சாதாரணமாகத் தமிழ்நாட்டில் நடக்காதது

கமல் : மலையாளத்தில் வந்ததா?

நீல: ஆங்கிலத்தில்.

கமல்: தமிழில் வரலையா?

நீல: காவ்யா சண்முகசுந்தரம் தமிழில் போட முயற்சி எடுத்திட்டிருக்கார்.

கமல்: வந்ததும் அவசியம் வாங்கிப் படிக்கறேன். என் வாழ்த்துகள். நன்றி

நேர்காணல் பதிவு: இரா. முருகன்

(மார்ச் 4, 2010)

என்.எஸ்.மாதவன்
– ஒரு நேர்காணல்

மலையாள எழுத்தாளர் என்.எஸ்.மாதவன் மலையாளப் புனைகதை இலக்கியத்தைப் புதுப்பித்தவர்களில் முக்கியமானவர், இலக்கியப் போக்கை நவீனத்துவத்துக்கு மடை மாற்றியவர் என்ற பெருமை அவருக்கு உரியது.

என்.எஸ்.மாதவனோடு என் நட்புக்கு இரண்டு மார்கழி வயது. அவருடைய எழுத்தோடு என் நட்பு இருபது மார்கழி கடந்த ஒன்று. இரண்டு வகை நட்பும், நான் மாதவனின் இலக்கியப் படைப்பை அண்மையில் தமிழுக்கு மொழிபெயர்த்தபோது வலிமை பெற்றது.

போன மார்கழிக்கும் இந்த மார்கழிக்கும் நடுவில் நான் அவருடைய நாவலான 'லந்தன் பத்தேரியிலெ லுத்தினியகள்' நூலைத் தமிழாக்கினேன். 'பீரங்கிப் பாடல்கள்' என்ற பெயரோடு அது வெளிவர ஆயத்தங்கள் நடந்துவரும் இவ்வேளையில் வழக்கம்போல் மார்கழி இசைவிழா சீசன் தொடங்கியது. எழுத்தோடு நட்பை இன்னும் இறுக்கமாக்கியது இசை ரசனையும், நல்ல சாப்பாட்டு ரசனையும்.

என்.எஸ்,மாதவனும் எங்கள் நண்பர் இந்தியன் எக்ஸ்பிரஸ் கார்ட்டூன் ஓவியர் ஈ.பி.உண்ணியும் நானும் நல்ல சங்கீதத்தை

இசைவிழா அரங்குகளிலும் சுவையான உணவை வெளியிலும் நாடிப் போனோம். உண்ணி பாலக்காட்டுக்காரர் என்பதால் தமிழ் சரளமாகப் பேசுவார். மாதவனும் தேவைக்கு வேண்டிய தமிழோடுதான் கிளம்பி வந்திருந்தார். மலையாளத்தில் உரையாட நான் ஆசைப்பட்டது நிறைவேறாமல் தமிழிலேயே பேசிக் கொண்டிருந்தோம். இசையும், உணவும் கிட்டத்தட்டத் தமிழில் தான்.

அப்படியான ஒரு இனிய தருணத்தில், மியூசிக் அகாதமியில் புதிய தலைமுறை இசைக் கலைஞரான சுநில் கர்க்யானின் மரபிசை நிகழ்ச்சியை நாங்கள் மூவரும் ரசித்துக் கொண்டிருந்தோம். 'மானச சஞ்சரரே' என்று சாமா ராக கீர்த்தனையைப் பாடகர் பாடிக் கொண்டிருக்க, நான் தணிந்த குரலில் மாதவன் சாரிடம் சொன்னேன் 'ஆத்ம வித்யாலயமேன்னு இதே ராகத்திலே பழைய மலையாள சினிமா ஹரிச்சந்திரன்லே ஒரு பாட்டு இருக்கு. வைக்கம் புருஷோத்தமன் பாடி, திக்குரிச்சி சுகுமாரன் நாயர் ஹரிச்சந்திரனா நடிக்கப் படமாக்கியிருப்பாங்க." உண்ணி என் காதில் சொன்னார், 'அது கமுகரை புருஷோத்தமன்'. கமுகரை தான் என்று தீர்ப்பு வழங்கினார் மாதவன். சிரித்தபடி அடுத்த பாட்டுக்குக் கடந்தார் கர்கயான்.

இந்த இனிய தருணம் காலத்தில் உறைந்து நிற்கக் கூடாதா என்று ஓர் ஏக்கம். சட்டென்று நினைவு வந்தது, நாளை மறுநாள் மாதவனும் உண்ணியும் எரணாகுளம் திரும்புகிறார்கள். நாலுநாள் இசையில் மூழ்கி இருந்ததில் மறந்துபோன ஒரு காரியம் உண்டு. என்.எஸ்.எம். அவர்களை நேர்காணல் நடத்த நினைத்தது இன்னும் நடக்கவில்லை. பாட்டோடு என் பாட்டையும் கலக்கிறேன். 'சார், மதியம் அடுத்த கச்சேரி கேட்கப் போகிறதுக்குள்ளே உங்களை ஒரு இன்டர்வ்யூ செய்யணுமே'. "ஓ, ந்யூ உட்லண்ட்ஸ் வந்துடுங்க, முடிச்சுடலாம்". அவர் மறுபடி இசையில் ஆழ்கிறார்.

இரண்டு இசை நிகழ்ச்சிகளுக்கு இடைப்பட்ட பிற்பகலில் அவரோடு நான் நடத்திய நேர்காணல் இது

> இரா.முருகன்: சார், உங்களைப் பற்றி இன்டர்நெட்டில் தேடினால், 1975-ல் நீங்கள் ஐ.ஏ.எஸ் தேர்வு பெற்று பீகார் மாநிலத்துக்கு நியமிக்கப்பட்டதில் இருந்துதான் தகவல் இருக்கிறது. எனக்கு என்.எஸ்.மாதவன் என்ற படைப்பாளியின் முன்கதை வேணுமே.

என்.எஸ்.மாதவன்: நான் திருப்புணித்துறைக்காரன். வயலின் மேதை டி.என்.கிருஷ்ணன் அந்த ஊர் தான். என் தந்தையார் இந்தியன் ரெவின்யூ சர்வீசஸ் (ஐ.ஆர்.எஸ்) அதிகாரியாக இருந்தார். அம்மா சம்பிரதாயமான, வீட்டை நிர்வகித்துக் குழந்தைகளை வளர்க்கும் குடும்பத் தலைவி. கொச்சியில் 1948-ல் பிறந்து, பள்ளிக் கல்வியும், கல்லூரிக் கல்வியும் பெற்று, திருவனந்தபுரத்தில் பொருளாதாரத்தில் பட்ட மேல்படிப்பு முடித்தேன். என் குழந்தைப் பருவமும் மாணவப் பருவமும் எந்தப் பெரு நிகழ்வும் மறக்க முடியாத அனுபவங்களும் இல்லாமல் நகர்ந்தன. 1960-களில் முதல் தடவையாக சென்னை வந்த அனுபவம்தான் எனக்குப் பெரிய அளவில் வியப்பளித்த ஒன்றாக இன்னும் நினைவில் இருக்கிறது. போக்குவரத்தும் ஜன நெரிசலும் குறைந்த 50 வருடம் முந்திய சென்னை என்னைப் பிரமிப்படைய வைத்தது கொஞ்சநஞ்சம் இல்லை. பள்ளிப் பருவத்தில் தகப்பனாரின் வாசிப்புப் பழக்கம் எனக்கும் கைவர, மலையாளத்திலும் ஆங்கிலத்திலும் நிறையப் புத்தகங்கள் படிச்சேன்.

இரா.முருகன்: அடுத்து, உங்களைச் சந்திக்கிறவர்கள் பொதுவாகக் கேட்கும் கேள்வி. நிறைய எழுதிவிட்டு ஒரு பத்தாண்டு காலம் எதுவும் எழுதாமல் இருந்தீர்கள் நீங்கள். அப்புறம், அதிலிருந்து மீண்டு மறுபடியும் புது வேகத்தோடு எழுத ஆரம்பித்தீர்கள். நீங்கள் மனதில் அனுபவித்த எழுத்துத் தடை (writer's block) பற்றிச் சொல்ல முடியுமா?

என்.எஸ்.மாதவன்: 1975வரை நான் தொடர்ந்து எழுதிக் கொண்டிருந்தேன். சிசு என்ற என் சிறுகதை 1970-ல் மாத்ருபூமி சிறுகதைப் போட்டியில் முதல் பரிசு பெற்றதைத் தொடர்ந்து அது நிகழ்ந்து கொண்டிருந்தது. அந்த நேரத்தில்தான் நான் ஐ.ஏ.எஸ் தேர்வு பெற்று, பீகார் மாநிலத்தில் அரசு அதிகாரியாகப் பணி செய்ய 1975-ல் அனுப்பப்பட்டேன். முழுக்க மலையாளத்தில் வாசித்து, சுவாசித்து, எழுதி, பேசி இருந்த சூழலில் இருந்து மலையாளமே புழங்காத இடத்துக்கு மாற்றம். அப்போதெல்லாம் டெலிவிஷன் இல்லை. ரேடியோவிலும் கேரள வானொலி நிலையங்கள் தொலைவில் இருக்கும் பீகாரில் கேட்கக் கிடைக்காது. பேச்சுத் துணைக்கு இன்னொரு சக மலையாளியோ, படிக்க மலையாளப் பத்திரிகையோ இல்லாத நிலை. அந்த இடமும் சூழலும் என் சிந்தனையை, எழுத்தை வெகுவாகப் பாதித்தன.

என் கதாபாத்திரங்களின் மொழியைப் பேசி, அவர்களின் உணவை உண்டு, அவர்களின் சுக துக்கங்களில் பங்கெடுத்து, அவர்களின் வாழ்க்கையை நானும் வாழ்ந்திருக்காமல் நான் இலக்கியம் படைக்க முடியாது. பெரும்பாலும் மலையாளத்தில் எழுதி வந்த நான் எழுத்துத் தடை வந்தடைய, அடுத்த பத்தாண்டுகள் மாதவன் என்ற ஐ.ஏ.எஸ்.அதிகாரி ஜீவித்திருக்க, மாதவன் என்ற எழுத்தாளர் காணாமல் போனார்.

இரா.முருகன்: புலம் பெயர்ந்த சில தமிழர்களும், மலையாளிகளும் தங்கள் இலக்கிய வெளிப்பாட்டுக்கு முக்கியக் காரணம், இப்படிப் பிறந்து வளர்ந்த பூமியை விட்டு வேற்று நிலங்களுக்குக் குடியேறியதால் வரும் ஏக்கமும், துயரமும் தான் என்று சொல்கிறார்கள். உங்கள் அளவில் புலம் பெயர்தல் எழுத்துக்குத் தடை போட்டிருக்கும் போல தோன்றுகிறதே.

என்.எஸ்.மாதவன்: உண்மைதான். சிலருக்கு புலம் பெயர்தல் இலக்கிய ஆக்கத்துக்குத் தூண்டுதலாக அமைந்துவிடும். மலையாள எழுத்தாளர் ஆனந்த் கேரளத்துக்கு வெளியே பணி நிமித்தம் வருடக் கணக்காக இருக்க வேண்டியிருந்தது. அவருடைய ஒரு நாவல் இப்படிப் போன இடத்தை கதை நிகழுமிடமாக வைத்து எழுந்தது. மருந்துக்குக்கூட ஒரு மலையாளி இடம் பெறாமல் வேற்று மொழி பேசும் கதாபாத்திரங்களை வைத்தே கதை சொல்லியிருப்பார் அவர். ஆனால், எனக்கு மலையாளமும் மலையாளியும் இல்லாமல் என் எழுத்து இல்லை. அந்தப் பத்தாண்டு காலம் அதுவே நடந்தது.

இரா.முருகன் : நீங்கள் எழுதாமல் இருந்த காலத்தில் வேறென்ன நடந்தது?

என்.எஸ்.மாதவன்: நான் எழுதாமல் இருந்தாலும், மலையாள இலக்கியம் கதை, கட்டுரை, கவிதை என்று அந்தப் பத்தாண்டு காலத்தில் சுவடு பதித்துப் போனது. அதை எல்லாம் சமகாலத்தில் படித்து அறிந்து உள்வாங்கவும் மலையாள பூமியோடு தொடர்பற்றுப் போனேன் அப்போது. 'என்.எஸ்.மாதவன் என்ற எழுத்தாளன் இறந்து போனான்' என்று அஞ்சலி செலுத்தி, நான் ஏற்கனவே எழுதிப் பிரசுரமான சில கதைகளை 'சூளை மேட்டில் சவங்கள்' என்ற தலைப்பில் ஒரு சிறுகதைத் தொகுப்பாக என் நண்பர்கள் கொண்டு வந்தார்கள். அந்தக் காலத்தில் எழுதப்பட்ட மலையாள

இலக்கிய வரலாற்று நூலொன்றில், 'எழுதி, விசை தீர்ந்து போன படைப்பாளி' என்று என்னைக் குறிப்பிட்டிருந்தார்கள்.

நான் அந்தக் காலகட்டத்தில் எழுதாவிட்டாலும் ஆங்கிலத்தில் நிறையப் படித்தேன். ஆங்கிலத்திலேயே எழுதப்பட்ட இலக்கியம், அ-புனைவு மட்டுமின்றி, பிரஞ்சு, ஜெர்மன், இத்தாலிய மொழிகளிலிருந்து ஆங்கிலத்துக்கு மொழிபெயர்க்கப்பட்ட படைப்புகளும் இவற்றில் அடங்கும். பீகார் மாநிலத்தில் கலை - கலாசாரத் துறைச் செயலாளராகப் பதவியில் இருந்ததால் அந்த மாநிலத்தின் பாடல், ஆடல் சார்ந்த மக்கள் நிகழ்கலை வடிவங்களை அடிக்கடி காணவும், அந்தக் கலாசாரத்தை அறியவும் இந்தக் காலத்தைப் பயன்படுத்திக் கொண்டேன்.

இரா.முருகன்: இயக்கம் நிலைப்பதெல்லாம் மறுபடி புது வேகத்தோடு இயங்கத் தொடங்கத்தானே. நீங்கள் இந்த writer's block எழுத்துத் தடையில் இருந்து மீண்டு வெளிவந்தது பற்றிச் சொல்லுங்கள்.

என்.எஸ்.மாதவன்: பீகாரிலிருந்து மறுபடி கேரளத்துக்கு உத்தியோக மாற்றத்தில் வந்தது 1990-களின் தொடக்கத்தில். கிட்டத்தட்ட ஒரு தலைமுறையே என்னைக் கடந்து போயிருக்கிறது. இலக்கியப் போக்குகளை மனதில் வாங்கிக் கொள்ளவும், அரசியலும், கலைகளும் கடந்து வந்திருந்த காலத்தைப் பின் திரும்பிப் பார்க்கவும் செய்து என்னை நான் புதுப்பித்துக் கொண்டேன். நான் அதன்பின் எழுதிய புனைகதைப் படைப்புகள் எனக்குள்ளும், மொழியிலும், கலை, சமூக ஊடாட்டத்திலும், ஏற்பட்ட வளர்சிதை மாற்றத்தைப் புலப்படுத்துவதாக மொழிநடையிலும், உள்ளடக்கத்திலும் உத்தியிலும் அமைய முயற்சி எடுத்துக் கொண்டேன். முக்கியமாக, என்னுடையது என்று அடையாளம் தரும் மொழிநடையையும், கதை அமைப்பையும் உருவாக்கிக் கொண்டேன். கேரளம் திரும்பிய உடனே புதுக் கதைகள் எழுதினேன் என்பதில்லை. ஏற்கெனவே மனதில் சேமித்திருந்த கதைக் கருக்களை இங்கே திரும்பி வந்ததும் படைப்பாக்கினேன். எழுத்துத் தடைதானே அதற்கு முன்னால் இருந்தது? சிந்தனைத் தடை இல்லையே.

இரா.முருகன்: மீண்டும் எழுதத் தொடங்கியதும் படைத்த சிறுகதைகளில் 'திருத்து' முக்கியமானது. வாசகர்களிடம் பெரும் வரவேற்பைப் பெற்றது. அந்தச் சிறுகதை பற்றிக் கூறுங்களேன்.

என்.எஸ்.மாதவன்: 1992-ஆம் ஆண்டு டிசம்பர் 6-ஆம் தேதி பாப்ரி மசூதி இடிக்கப்பட்ட தினத்தில் நிகழ்வது அந்தக் கதை. வடக்கே ஒரு பெருநகரில் வெளியாகும் ஆங்கிலத் தினசரி அலுவலகத்தில் நடப்பது அது. பத்திரிகையின் ஆசிரியர் சுள்ளத். மலையாளி. இப்படியான முக்கியமான தினங்களில் அவருடைய உடல்நலம் கெட்டுவிடும். அன்றைக்கும் அதேபடி ஆக, உதவி ஆசிரியர் செய்திகளுக்குத் தலைப்பு கொடுத்துத் தேர்ந்தெடுத்து எழுதுகிறார். வெளியே கலவரம் வெடிக்கும் சூழல். ஆசிரியர் தன் நண்பரான முஸ்லீம் மருத்துவர் தம்பதிகளைத் தேடிப் போகிறார். அவர்கள் மசூதி இடிக்கப்பட்ட செய்தியால் வெகுவாக பாதிக்கப்பட்டிருக்கிறார்கள் என்றாலும் அதைப் பொருட்படுத்தாமல் பத்திரிகை ஆசிரியருக்குச் சிகிச்சை அளிக்கிறார்கள். ஆசிரியர் பத்திரிகை அலுவலகம் திரும்புகிறார். அடுத்த நாள் தலைப்புச் செய்தி அச்சேறத் தயாராக உள்ளது. 'சர்ச்சைக்குரிய கட்டடம் இடிப்பு' என்று செய்தித் தலைப்பு. ஆசிரியர் கோபத்தோடு, 'இத்தனை மொன்னையாகத் தலைப்புக் கொடுத்தது யார்?' என்று கேட்கிறார். சுஹ்ரா என்ற இளம் முஸ்லீம் பெண்மணிதான் அந்தப் பத்திரிகையின் துணை ஆசிரியர் அவர் அப்படி ஜாக்கிரதையான, பயத்தோடு கூடிய தலைப்பு கொடுத்திருக்கிறார். அரசனைவிட அதிகம் அரச பக்தி காட்ட வேண்டிய கட்டாயம் என்று ஆங்கிலத்தில் சொல்வார்கள். அதுபோல, தன்னை இந்தியராகக் காட்டிக்கொள்ள அதிகம் பாடுபட வேண்டிய முஸ்லீம் இனப் பெண் அவள். சுள்ளத் அவள் எழுதியதை அடித்து விட்டு 'பாப்ரி மசூதி இடிக்கப்பட்டது' என்று பட்டவர்த்தனமாகத் தலைப்புக் கொடுக்கிறார். கதை அங்கே முடிகிறது.

இந்தக் கதையை, கதைத் தலைப்பைப் போலவே கிட்டத்தட்ட நாற்பது முறை திருத்தி எழுதினேன். இந்த முடிவு வரும்வரை கதையில் நான் சொல்ல வந்ததைச் சொன்னதாகத் தோன்றவில்லை. சிறுபான்மையினர் என்னதான் தேசிய நீரோட்டத்தில் கலந்தாலும், வேறுபாடு இன்றிப் பழகினாலும், அதெல்லாம் நொடியில் மறக்கப்பட, அவர்களைக் குறி வைத்துப் பேச்சாலும் எழுத்தாலும் நேரடியாகவும் மறைமுகமாகவும் தூண்டி விடப்பட்டு எழும் கும்பல் சார்ந்த வன்முறையின் வெளிப்பாடு பாப்ரி மசூதி இடிப்பு. சமுதாயம் ஒன்று திரண்டு இனம் கண்டு இது தவறு என்று

சுட்டிக்காட்டி, எதிர்த்து நிற்காவிட்டால் இது இனியும் பரவும் என்ற என் நிலைபாட்டை இந்த முடிவு வாசகரோடு பகிர்கிறது. பாப்ரி மஜூதி இடிக்கப்பட்ட கணத்தில் என் மனதில் எழுந்த துயரத்துக்கு இந்தக் கதையை எழுதிய தினத்தில் ஒருவிதமான வடிகால் கிடைத்தது. நெஞ்சில் கொண்டு நடந்து மனம் வெதும்பிய துயரச் சம்பவம் அது.

> **இரா.முருகன்: 'திருத்து' மலையாளச் சிறுகதை இலக்கியத்தை பாதிக்கச் சற்றே முன்பு நீங்கள் எழுதிய 'ஹிக்விடா' என்ற சிறுகதை, திரும்பி வந்த என்.எஸ்.மாதவனை அழுத்தமாக வாசகர்களுக்கும், விமர்சகர்களுக்கும், சக எழுத்தாளர்களுக்கும் மறு அறிமுகம் செய்தது. மலையாளச் சிறுகதையை மாற்றி எழுதிய கதை என விமர்சகர்கள் கொண்டாடும் கதையல்லவா அது?**

என்.எஸ்.மாதவன்: பாராட்டுகளோடு, சில பிரச்னைகளையும் சந்திக்க வேண்டிவந்தது. ஹிக்விடா 1980-களில் தில்லியில் நிகழ்வது. வயிற்றுப் பிழைப்புக்காக பீஹாரில் இருந்து தில்லி வந்த ஒரு ஆதிவாசி இளம் பெண்ணை மிரட்டிப் பாலியல் கொத்தடிமைப்படுத்தச் செயல்படும் ஒரு தில்லி தாதா. பாதிரியார் கீவர்கீஸிடம் அந்தப் பெண் முறையிட அவர் தாதாவிடம் அவளைத் தொடர வேண்டாம் என்று எச்சரிக்கிறார். பாதிரியாரை எடுத்தெறிந்து பேசித் தன் வன்முறையை அவன் தொடர்கிறான். கால்பந்து ஆட்டக்காரனாக இருந்த பாதிரியார் கீவர்கீஸ், அந்த விளையாட்டில் அசாதாரணமான ஆட்டக்காரனான ஹிக்விடாவால் ஈர்க்கப்பட்டவர். ஹிக்விட்டா கொலம்பிய நாட்டு அணியின் கோல் கீப்பர். என்றாலும் ரிஸ்க் எடுத்து கோல் போஸ்ட்க்கு வெளியே வந்து, தனக்கு முன் வரும் பந்தை அடித்துத் தன் அணிக்கு கோல் போட்டுத்தர முயல்கிறவன். அவனால் ஈர்க்கப்பட்ட பாதிரியார், தன் பாதிரி உடையையும், ஜபமாலையையும் எடுத்து வைத்துவிட்டு பாதிரியாருக்கான நடைமுறை என்ற கோல்போஸ்டுக்கு வெளியே சாமான்ய மனிதனாக வந்து தாதாவை அடித்து நொறுக்கி, ஊரிலிருந்து விரட்டுகிறார். இந்தக் கதையும் வருடக் கணக்காக மனதில் ஊறி இருந்து, எழுத்துத் தடை நீங்கிய பிறகு கதையானது. கேரள சாகித்ய அகாதமி சிறுகதை விருதும், முட்டத்து வர்க்கி

விருதும் பெற்ற கதை இது என்பதில் மகிழ்ச்சி அடைகிறேன். இது இளைய தலைமுறைக் கலைஞர்களான கல்லூரி மாணவர்களால் நாடகமாகவும் நிகழ்த்தப்பட்டது.

பிரச்னை இந்தக் கதை மலையாளப் பள்ளிக் கல்விப் பாடத் திட்டத்தின் கீழ் சேர்க்கப்பட்டபோது எழுந்தது. என்னதான் அறத்தை நிலைநிறுத்தச் செயல்பட்டாலும், ஒரு பாதிரி இறைநம்பிக்கை இன்றி வன்முறைக்குத் தீர்வு பதில் வன்முறை என்று நடந்து கொள்ளலாமா, பாதிரி உடுப்பையும், ஜபமாலையையும் அகற்றினால்தான் அறம் ஜெயிக்குமா என்றெல்லாம் சில கேள்விகள் எழுந்தன. தாதாவை ஒரு முஸ்லீம் ஆகக் காட்டியதற்கும் சில எதிர்ப்புகள். கதையின் மைய நிகழ்வில் இருந்தும், அது விவாதிக்கும் கதைப் பொருள், சூழலிலிருந்தும் நிறைய விலகி நின்று எழுப்பப்படும் விவாதங்களின் அபத்தத்தைச் சுட்டிக் காட்ட வேண்டியிருந்தது அப்போது.

இரா.முருகன்: இன்னும் ஒரு கதை. இதுவும் பெருவாரியான கவனத்தைப் பெற்றது. இந்திரா காந்தி மரணத்தை அடிப்படையாகக் கொண்ட 'வன்மரங்கள் வீழும்போள்' (பெரிய மரங்கள் விழும்பொழுது).

என்.எஸ்.மாதவன்: அந்தக் காலகட்டத்தில் 1984 - நான் தில்லியில் பணியில் இருந்தேன். நான் இருந்த நகர்ப் பகுதியில் இந்திரா மரணத்தைத் தொடர்ந்து எழுந்த சீக்கியர்களுக்கு எதிரான வன்முறையும் கலவரங்களும் உச்சத்தில் இருந்தன. போக்குவரத்து முடங்கி இருந்த நேரத்தில் அந்தப் பகுதியில் இருந்த சீக்கிய சகோதர சகோதரிகளுக்கும் அன்னையர், தந்தையருக்கும் பாதுகாப்பு தர வேண்டியும், அவர்களின் உயிரைக் காக்கவும் பெரும்பான்மையினர் திரண்டெழுந்ததை நான் நேரில் கண்டேன். எங்கள் பகுதியில் என் கார் மட்டும் ஓடிக் கொண்டிருந்தது. நான் ஏற்கெனவே கார் டாங்க் நிரம்ப பெட்ரோல் போட்டு வைத்திருந்தேன். காரில் ஏற்றி வந்து பல சீக்கிய நண்பர்களைப் பாதுகாப்பான இடங்களுக்கு இடம் மாற்றினோம். அப்போது தான் வெளிநாட்டில் இருந்து, எனக்குப் பரிச்சயமான ஒரு சீக்கியர் குடும்பம் தில்லிக்கு விமானம் மூலம் வந்து சேர்ந்தது. அவர்களுடைய உறவினர்கள் தொலைபேசியில் அவர்களைத் தொடர்புகொண்டு ஏர்போர்ட்டிலேயே தங்கி இருக்கச் சொன்னார்கள். வந்த குடும்பத்தில்

ஒரு சின்னஞ் சிறுவன். அவனுடைய பாட்டி தொலைபேசியில் அவனிடம் ஜாக்கிரதையாக இருக்கச் சொல்லி இருந்தாள். நான் ஏர்போட்டுக்கு அந்தக் குடும்பத்தைச் சந்திக்கப் போனபோது அந்தச் சிறுவன் பயத்தில் உறைந்து ஒரு மறைவில் ஒண்டி ஒளிந்து கொண்டிருந்ததைப் பார்த்தேன். அவன் கண்களில் தென்பட்ட பயம் உண்மையானது. வேதனை அளிப்பது. நாம் இதுவரை போற்றிப் பாதுகாத்து, உயர்த்திப் பிடித்த மதச் சார்பின்மை, சமத்துவம், சகோதரத்துவம் என்ற கோட்பாடுகள் தோல்வியடைந்த ஒரு சூழலை, வன்முறை வென்று பேயாட்டம் போட்ட நரகத்தைச் சொல்லிக்கொண்டிருந்தன அந்தப் பயமும் திக்கற்ற தன்மையும். வன்மரங்கள் வீழும்போள் கதைக்கு அடித்தளம் இதுதான். 1984 அக்டோபர் 31 முதல் 1984 நவம்பர் 3 வரை தில்லியில் சீக்கியருக்கு எதிரான வன்முறை கையோங்கி இருந்தது. அப்போது ஒரு சீக்கிய யுவதியும் அவளுடைய ஏழு வயது மகனும் வன்முறையில் இருந்து தப்பி கத்தோலிக்க கன்யாஸ்திரிகளின் மடாலயத்தில் தஞ்சம் புகுகிறார்கள். அந்தச் சிறுவனின் இன அடையாளமான குடுமி முடியப்பட்ட, வெட்டப்படாத தலைமுடியை அவனுடைய உயிரைப் பாதுகாக்க வெட்டும் கன்யாஸ்த்ரிகள் எந்த விதமான மிரட்டலுக்கும் பணியாமல் அந்தத் தாயையும் மகனையும் பாதுகாப்பதைச் சொல்லும் கதை. கதையின் தலைப்பு ராஜீவ் காந்தி பத்திரிகையாளர்களோடு நடத்திய நேர்காணலின்போது சொன்னது "ஒரு பெரிய மரம் விழும்போது சுற்றிலும் இருக்கும் சிறு உயிர்கள் மடிவது இயல்பானது'. சீக்கியர்கள் கொலை செய்யப்படுவது, இந்திராவின் மரணத்திற்கான இயல்பான எதிர்வினை என்று இனப் படுகொலையை ஓர் இளம் பிரதமர் நியாயப்படுத்திய அவலத்தைச் சுட்டவே அதைத் தலைப்பாக வைத்தேன்.

இரா.முருகன்: வன்மரங்கள் வீழும்போள் திரைப்படமும் ஆனது அல்லவா?

என்.எஸ்.மாதவன்: ஆம். என் நண்பரும் பிரபல மீடியா ஆளுமையுமான சசிகுமார் இயக்கத்தில் வந்த இந்தித் திரைப்படம் அது. சசிகுமாரைத் தமிழர்கள், முக்கியமாக 40வயதுக்கு மேற்பட்ட சென்னைத் தமிழர்கள், 1980-களின் தூர்தர்ஷன் தொலைக்காட்சியில் ஆங்கிலச் செய்தி வாசிப்பவராக அடையாளம் காண வாய்ப்புண்டு. தலைப்பு சினிமாவுக்காக காயா தரன்

(கூட்டுப்புழு) என்று மாற்றப்பட்டது.

இரா.முருகன்: நீங்கள் எழுதியது எழுதியதுபோல் கதை திரைப்படமானதா? உங்களுக்கு அந்த முயற்சியில் திருப்தி ஏற்பட்டதா?

என்.எஸ்.மாதவன்: சசிகுமார் கதையமைப்பில் சில மாற்றங்களைச் செய்தார். கதைப் போக்கிலிருந்து விலகாமல், சமகாலத் தன்மையைப் புகுத்திக் கதையின் களத்தையும் காலத்தையும், பின்னணியையும் மாற்றி அமைத்தார். 1984-ல் தில்லியில் இந்திரா காந்தி படுகொலை செய்யப்பட்ட காலகட்டக் கதை, காயா தரன் திரைப்படத்தில் 2002-இல் குஜராத் தலைநகரத்தில், ரயில் எரிப்பைத் தொடர்ந்து முஸ்லீம்களுக்கு எதிரான வன்முறை நிகழ்ந்த காலத்துக்கும் நீட்சி அடைந்தது. யோசித்துப் பார்த்தால் இரண்டுமே சிறு தீப்பொறி பற்றி ஒரு காடே எரிவது போல் வேறு எங்கோ புறப்பட்டு, ஒரு இனத்துக்கு எதிரான வன்முறையான அவல வரலாறு. இரண்டு நிகழ்வுகளும் ஏற்படுத்திய துயரமும், அவலமும் ஒரே போலத்தான். சினிமாவில் அதைக் கொண்டு வருவதில் சசிகுமார் வெற்றி பெற்றிருந்தார்.

என்றாலும், என் கதைகளைத் திரைப்படமாக்கத் தரும்படி எழும் கோரிக்கைகளை நான் பெரும்பாலும் ஏற்பதில்லை. புனைகதை இலக்கியம், திரைப்படம் இரண்டும் வெவ்வேறான இரண்டு படைப்பு வடிவங்கள்.

இரா.முருகன்: எனக்குச் சற்றே ஆச்சரியமாக இருக்கிறது. நடுவில் பத்தாண்டு எழுதாமல் இருந்து, கடந்த 40 ஆண்டு காலத்தில் நீங்கள் எழுதிய சிறுகதைகள் அறுபது அல்லது எழுபது இருக்கக் கூடும். எண்ணிக்கை குறைவாக இருந்தாலும் எல்லாக் கதைகளுமே நினைவில் நிற்பவை. தேசிய அளவில் கதா விருது மூன்று முறையும், கேரள சாகித்ய அகாதமி, மற்ற பல விருதுகளும் பெற்ற, வாசகர்கள் நேசித்துப் போற்றும் கதைகள் அவை. ஷிரகன், நாலாம் லோகம், சர்மிஷ்டா போன்ற கதைகளை என்.எஸ்.மாதவன் தான் எழுதியிருக்க முடியும். அவற்றைச் பேசி நாவலுக்குப் போவோமா?

என்.எஸ்.மாதவன்: மூன்றும் சுய அனுபவங்களிலிருந்து எழாமல், ஆனால் பரவலாக நன்கு அறியப்பட்ட பின்னணிகளில்

இயங்குகிறவை. அந்த அளவில் என் மற்றைய படைப்புகளிலிருந்து மாறுபட்டவை. ஷஉரகன் கதை கேரளத்தில், ஏன் தமிழ்நாட்டிலும் கூட வெகுவாக ஒரு பத்தாண்டு முன் பரவியிருந்த ஈராக் அதிபர் சதாம் உசைன் ஆதரவு பற்றியது. அமெரிக்க அதிபர் ஜார்ஜ் புஷ், இல்லாத *Weapons of Mass Destruction* பெரும் அழிவு விளைவிக்கும் போர் ஆயுதங்களைத் தேடுவதாகச் சாக்குச் சொல்லி ஈராக்கை முற்றுகை இட்டு, சதாமைக் கைது செய்ய, இங்கே அவருக்கு ஆதரவு கூடியதே அன்றிக் குறையவில்லை. பிறந்த குழந்தைகளும், தெருக்களும், அரங்குகளும் சதாம் பெயரிடப்பட்டன. அவர் படம் தெருவோர நடைபாதையில் நிறைய விற்கப்பட்டது. கதையில் சதாம் ரசிகரான ஒரு மலையாள நாவிதர் எப்படியோ போர்க் காலத்தில் ஈராக்கில் கொண்டு சேர்க்கப்படுகிறார். கேரளத்திலிருந்து நாவிதராகப் பணிபுரிய குவைத் போனவர் அவர். ஈராக்கில் சதாம் சிறையில் இருக்கும்போது அவரோடு பழக நேருகிறது. சதாம் இறப்பதற்கு முன் இந்த மலையாளி நாவிதர் அவருக்குக் கடைசி முறையாக முகச் சவரம் செய்து விடுகிற கதை அது. சதாம் என்ற சர்வாதிகாரியையும், சதாம் என்ற யுகபுருஷனையும் மற்றவர்கள் கட்டி நிறுத்த, அவரை ஒரு சாமானியனாக, இன்னொரு சாமானிய கேரள நாவிதரின் பார்வையில் காட்ட நான் விரும்பியதன் விளைவு இக்கதை.

நாலாம் லோகம் கதை சோவியத் யூனியன் சிதறுண்டு போன காலத்தைச் சொல்வது. அது நடப்பதற்குச் சில நாட்கள் முன் சோவியத் விண்வெளி வீரர் ஒருவர் ஒரு விண்கலத்தில் உலகைச் சுற்றிவர அனுப்பப் படுகிறார். அவர் வேலை முடிந்து அந்த விண்கலம் திரும்புவதற்கான ஆயத்தங்களில் இருக்கும்போது ஒரு பிரச்னை பூதாகரமாக எழுகிறது திரும்பி எங்கே போவது? அவரை விண்வெளியில் கொண்டு செலுத்திய சோவியத் நாடு இல்லாமல் போனதால் அவர் எந்த வேறு நாட்டுக்குப் போக வேண்டும்? யாரும் முடிவு எடுக்காமல் சிக்கல் பெரியதாக, அந்த விண்வெளி வீரர் விண்கலத்திலிருந்து வெளியே வந்து பெருவெளியில் பூமியைச் சுற்றும் ஒரு மனித உடல் கொண்ட செயற்கைக் கோளாக மாறிப் போகிற கதை இது.

'சர்மிஷ்டா' நான் மகாபாரதத்தின் ஒரு சிறு பகுதியை மாற்றி எழுதிப் பார்த்த கதை. அந்த மாதிரி முயற்சிகளில் அதிக நாட்டம் இல்லை என்றாலும் இந்த ஒரு கதை எழுத எனக்குப்

பிடித்திருந்தது. பாண்டவர்களின் முன்னோர்களில் ஒருவனான யயாதி சக்கரவர்த்தி, சர்மிஷ்டா என்ற இளம் பெண்ணை மணந்து அவள் தந்தை சுக்கிராச்சாரியார் கொடுத்த சாபத்தில் வீழ்கிறான். நடுவயதில் கவியும் முதுமை. அதுதான் சாபம். சாப விலக்காக, அவன் தன் மகன் புருவின் இளமையை யாசித்து வாங்கி அவனுக்குத் தன் முதுமையைத் தருகிறான். யயாதி உலக இன்பங்களில் இளைஞனாக ஈடுபட்டுக் கொண்டிருக்க, இளமையில் முதுமையடைந்த அவன் மகன் புரு வாழ்வின் இறுதி நாட்களைத் தளர்ந்த தேகத்தோடு எண்ணிக் கொண்டிருக்கிறான். புருவின் மனைவி பார்வையில் கதை நடக்கிறது. அவனுடைய இளமை அவளுக்குமானது. அதைத் தொலைக்கும் முன் அவளோடு அவன் பேசி இருக்க வேண்டாமா?

> **இரா.முருகன்: இந்த அனைத்துச் சிறுகதைகளைப் பற்றியும் ஒற்றை வாக்கியத்தில் சொன்னால், மலையாள, ஏன் இந்திய இலக்கியத்தில் சிறுகதை என்ற வடிவம் நசிந்து தேயும் காலகட்டத்தில் அதற்குப் புத்துயிர் ஊட்ட வந்தவை இவை. பத்தாண்டு எழுதாமல் இருந்து எழுத வந்தபோது கதையாடலிலும் கதைக் கருவிலும் ஏற்பட்ட மாற்றம் உங்களை மட்டும் பாதிக்கவில்லை, ஒரு மொழியின் இலக்கியத்தையே பாதித்திருக்கிறது. உங்கள் எழுத்தை விரும்பி வாசிக்கும் வாசகர்கள் பலர் உண்டு. நீங்கள் விரும்பிப் படிக்கும் எழுத்தாளர் யார்?**

என்.எஸ்.மாதவன்: ஜேம்ஸ் ஜாய்ஸ். அவருடைய நினைவோடை நாவல் யுலீசஸ் மற்றும் அயர்லாந்து தலைநகராமான டப்ளினை கதைக்களமாகக் கொண்ட சிறுகதைகளின் தொகுப்பான டப்ளினர்ஸ் இவை நான் அவ்வப்போது மறுவாசிப்பு செய்யும் நூல்களில் சில. காப்காவின் மெடமார்பசிஸ், தி ட்ரயல் போன்ற படைப்புகளும் அப்படியே. எழுத்தாளன் தன் எழுத்து விலைபோகுமோ என்று கவலைப்பட வேண்டியதில்லை; அது நல்ல எழுத்து என்றால் சந்தை அவனைத் தேடி வரும் என்பதற்கு காப்காவும் அவருடைய எழுத்துகள் இன்னும் பிரசுரமாவதும், கொண்டாடாப்படுவதும் நல்ல உதாரணம்.

மலையாளத்தில் ஒ.வி.விஜயன் படைப்புகள் என்னைக் கவர்ந்து நெஞ்சில் நிறைந்தவை.

இரா.முருகன்: ஆங்கிலத்திலும் இலக்கிய விமர்சனம், புத்தக அறிமுகம் என்று நிறைய எழுதுகிறீர்கள். நீங்கள் மலையாளத்தில் பத்திரிகையில் எழுதும் நுணுக்கமும் சுவாரசியமும் கூடிய கால்பந்தாட்ட விமர்சனங்களை நான் உங்கள் கதைகளைப் படிக்கும் ஆர்வத்தோடு படிக்கிறேன். நீங்கள் இளம் பிராயத்தில் ஒரு துடிப்பான கால்பந்தாட்ட வீரராக இருந்திருப்பீர்கள் என்று நினைக்கிறேன்.

என்.எஸ்.மாதவன்: *(சிரிக்கிறார்).* இல்லை, நான் பள்ளிப் பருவத்தில் விளையாடியது குறைவு. நிறைய கால்பந்தாட்டப் பந்தயங்களைப் பார்த்திருக்கிறேன். தில்லியில் 1982-ல் ஆசிய நாடுகளுக்கான விளையாட்டுப் போட்டிகள் நடந்தபோது கலர் டெலிவிஷனும் அறிமுகமானது. அதுவரை இல்லாத அளவு வண்ணத்தில் ஒளிபரப்பான மேட்ச்கள் அனைத்தையும் நான் ஆர்வத்தோடு பார்த்தேன். அவற்றைப் பற்றி எழுதத் தொடங்கியதும் அப்போதுதான்.

இரா.முருகன்: எந்த மொழியில் எழுத விருப்பம் அதிகம், மலையாளத்திலா, ஆங்கிலத்திலா?

என்.எஸ்.மாதவன்: புனைகதை மலையாளத்தில் எழுத விரும்புகிறேன். மண்ணை, இடம் சார்ந்த உணர்வுகளை, மண்ணின் மக்களை, அவர்கள் பேச்சுவழக்கை அப்படியே சித்திரிக்கத் தாய்மொழிதான் பொருத்தம். தாய்மொழி என்றாலும் அது பேச்சிலும் எழுத்திலும் பழகி வர வேண்டும். உயிர்த்து இருக்க வேண்டும். ஸ்பெயின் நாட்டில் புழங்கும் மொழிகள் பற்றி ஒரு செய்தி நினைவு வருகிறது. அங்கே சர்வாதிகாரி ப்ராங்கோ காலத்தில் ஸ்பானிஷ் மொழிக்கு முக்கியத்துவம் கொடுக்கப்பட்டதோடு, ஸ்பெயினில் ஒரு பிரதேசமான தற்பொழுது தனி நாடாகப் பரிணமித்துள்ளது காடலோனியாவின் மக்கள் பேசும் காடலோனிய மொழி முற்றிலுமாக நிராகரிக்கப்பட்டது. ஒரு காடலோனியத் தலைமுறையே அந்த மொழியைப் பேசாமல், எழுதாமல், கற்காமல் ஸ்பானிஷ் மொழி பேசி வளர்ந்தது. அவர்களின் அடுத்த தலைமுறை தானே விரும்பி காடலோனியன் மொழியை அரவணைத்துக் கற்றுக்கொண்டது. பேசவும், எழுதவும் தொடங்கியது. அங்கே காடலோனிய மொழி தாய்மொழி இல்லை. பிள்ளைமொழிதான். இலக்கியமும் கலையுமாக அது இன்னொரு

தலைமுறை தொட்டுத் தாய்மொழியாகலாம்.

இரா.முருகன்: மலையாள இலக்கிய உலகத்தில் நிறைய விருதுகள் இருப்பதைப் பார்க்கிறேன். எழுத்துக்கு அங்கீகாரமும் கௌரவமும் தரும் பண்பாடு இது என்று தோன்றுகிறது. யாராவது எழுத்தாளரோ கவிஞரோ மறைந்தால், அவர் பெயரில் ஒரு புது விருது அறிவிக்கப்படுகிறது. இன்னொரு படைப்பாளி கௌரவிக்கப்படுகிறார். விருது கலாசாரம் பற்றி...

என்.எஸ்.மாதவன்: உண்மைதான். படைப்புக்கு அங்கீகாரம், கௌரவம் செய்தல், விருது வழங்குதல் எல்லாம் நல்ல காரியம் தான். ஆனால், இதோடு கூடவே, ஹீரோ ஓர்ஷிப் - விதந்தோதி வழிபடல் மலையாள இலக்கிய உலகில் உண்டு. தமிழில் இருக்குமா என்று தெரியாது. வைக்கம் முகம்மது பஷீரை அவருடைய படைப்புகளைவிடவும் அதிகமாகப் போற்றி வழிபடுவதைக் காணலாம். அவர் இரண்டாண்டு சுற்றித் திரிந்து வந்த பயணத்தை ஓர் ஆன்மீக யாத்திரையாக மாற்றி அவரை அபூர்வமான அனுபவங்கள் வாய்த்தவராகக் கிட்டத்தட்ட அமானுஷ்ய தளத்துக்கு உயர்த்தியது ஓர் உதாரணம்.

இரா.முருகன்: உங்கள் நாவல் லந்தன்பத்தேரியிலெ லுத்தினியகள். பெயரே வித்தியாசமாக இருக்கிறதே.

என்.எஸ்.மாதவன்: இது பச்சை மலையாளத் தலைப்புதான். லந்தன் என்பது ஒலாந்தர். அதாவது ஹாலந்து நாட்டினர். இவர்கள் டச்சுக்காரர்கள் என்றும் சொல்லப்படுகிறார்கள். கேரளக் கரையோரம் டச்சுக்காரர்கள் வணிகம் செய்ய வந்து நாடு பிடித்தார்கள். அப்படியான ஒரு தீவில் தற்காப்புக்காகவும், பாதுகாவலாகவும் அவர்கள் ஏற்படுத்தியது ஒரு பீரங்கித் தொகுதியை. ஆங்கிலத்தில் அது பாட்டரி BATTERY எனப்படும். மலையாளத்தில் பத்தேரி. ஆக, ஊர்ப்பெயர் லந்தன்பத்தேரி. அங்கே மாதாகோவிலில் பாடப்படும் பிரார்த்தனைக் கீதம் லிட்டனி LITA-NY. அது மலையாளத்தில் லுத்தினிய என்று வழங்கப்படும். எல்லாம் சேர்த்து 'லந்தன் பத்தேரியிலெ லுத்தினியகள்' தலைப்பாகிறது. அந்த மண்ணை, மக்களைப் பற்றிப் பேசும் நாவல் இது. எரணாகுளம், கொச்சி பிரதேசத்தில் இந்தத் தீவுப் பிரதேசம் ஒரு கற்பனை நிலமாகக் கதைக் களன் அமைத்திருக்கிறது.

இரா.முருகன்: இந்த நாவல் நிகழும் காலம் 1950-களில் தொடங்கி 1960-கள் மத்தியப் பாகம் வரை. அந்தக் காலகட்டத்தைத் தேர்ந்தெடுக்கக் காரணம் ஏதும் உண்டா?

என்.எஸ்.மாதவன். நிச்சயமாக. அது என் குழந்தைப் பருவம் தொடங்கி நான் சிறுவனாக, இளைஞனாக வளர்ந்த காலம். கேரள அரசியல், இலக்கியம், சினிமா, நிகழ்கலை, உணவு என்று சகலமானதிலும் மாற்றம் ஏற்பட்ட காலம் அது. கொச்சி பகுதியில் வசிக்கும் எளிய மக்களான லத்தீன் கிறிஸ்துவர்களின் வாழ்வைப் பிரதிபலிக்கும் அந்தக் காலகட்டத்தை எழுத்தில் நிலைக்கச் செய்வதாக நாவல் அமையத் திட்டமிட்டேன்.

இரா.முருகன் : நாவலின் கதையமைப்பு பற்றிச் சற்றே கூறுங்களேன்

என்.எஸ்.மாதவன் : 1950-களில், சரியாகச் சொன்னால், 1951-ல் லந்தன்பத்தேரியில் பிறக்கும் ஜெசிகா என்ற பெண் குழந்தை - சிறுமி - பதின்ம வயதுப் பெண். அவளது பார்வையில் சொல்லப்படும் கதை இந்த நாவல். படகு கட்டும் வலிய ஆசாரிப் பணி செய்யும் பெருந்தச்சரான அவளுடைய தந்தை, எளிய விருப்பங்களோடு வாழும் அம்மா, பிரியாணி ஸ்பெஷலிஸ்ட் சமையல் கலைஞரான ஜெசிகாவின் பெரியப்பா, அவர் குடும்பம், ஜெசிகாவின் அண்டை அயலார், பள்ளி ஆசிரியர்கள், பாதிரியார், கல்லறை குழி வெட்டுகிறவர் என்று ஓர் இனக்குழுச் சமுதாயத்தின் கதையாக நாவல் விரிகிறது. இவர்கள் மட்டுமின்றி, காலத்தில் முன்னே பின்னே நகர்ந்து பதினாறாம் நூற்றாண்டில் கொச்சி பிரதேசத்தில் போர்ச்சுகீசியர்களும் அவர்களைத் தொடர்ந்து டச்சுக்காரர்களும் வந்தது தொடங்கி 1950-களில் நிகழ்ந்த கேரள சமூக, அரசியல் மாற்றங்கள், மக்களை அதுவரை கவர்ந்த சவிட்டு நாடகம் போன்ற பாமரருக்கான நிகழ் கலை வடிவங்கள் சென்று தேய்ந்து இறும் சூழல், கத்தோலிக்கக் கோவில் சார்ந்த விழாக்கள், சடங்குகள் என்று ஒரு காலத்தின், சமூகத்தின் பிரதிபலிப்பாக நாவல் நடக்கிறது.

இரா.முருகன் : ஆமாம். அதை மலையாளத்திலிருந்து தமிழுக்கு அண்மையில் நான் மொழிபெயர்த்தபோது மலைத்துத்தான் போனேன். கிட்டத்தட்ட செயல் மறந்து வாழ்த்துதுமே

மோமென்ட்.. இந்தப் பெரும் நாவலை எழுதும் முன் நீங்கள் ஆயத்தமாகியது எப்படி என்று அறிந்துகொள்ள விரும்புகிறேன்.

என்.எஸ்.மாதவன்: நாவலின் கதை மாந்தர்களான லத்தீன் கிறிஸ்துவ சமூகத்தோடு சிறிது காலமாவது வாழ்ந்து அதற்குப் பின் எழுதுவது என்ற தீர்மானத்தோடு எரணாகுளத்தில் ஒரு வீடு வாடகைக்குப் பிடித்துக் குடியேறினேன். அதற்கு முக்கியக் காரணம் அந்த மக்கள் பேசும் மொழியைக் கேட்டு, நானும் பேசி அதை நுணுக்கமாக நாவலில் கொண்டு வர வேண்டும் என்ற ஆர்வம்.

இதில் ஒரு சிக்கல் இருந்தது. நாவல் 1950, 1960-களில் நிகழ்வது. இந்த மக்களின் பேச்சு மொழி அந்தக் கால மொழிநடையை விட்டு நிறைய விலகிப் போயிருந்தது. கூடவே வெகு அண்மைக்காலம் வரை இந்த மக்கள் அந்த வட்டார வழக்கைப் பேசுவதை அவமானமாகக் கருதியிருந்தார்கள். சினிமாவில் கொச்சி, எரணாகுளம் வட்டார மலையாளம் பேசி அது பிரபலமாகியது கடந்த சில வருடங்களில்தான். அந்த மக்களை வட்டார வழக்கில் பேசச் சொல்ல மிகவும் கஷ்டப்பட்டேன். அவர்களில் முதியவர்களைத் தேடிப் பிடித்து 1950-களில் அந்த வட்டார மொழி எப்படி வழங்கப்பட்டது என்பதை நினைவிலிருந்து அவர்களைப் பேசச் சொல்லி ஒலிப்பதிவு செய்து வைத்தேன்.

அந்தக் கால நாடகக் கலை வடிவமான சவிட்டு நாடகம் குறித்த தேடல் அடுத்து வந்தது. அவர்களில் வயதானவர்களுக்கு பெரும்பாலும் சவிட்டு நாடகத்தோடு பரிச்சயம் இருந்ததோடு நாடகப் பாட்டுகளும் மனப்பாடமாகத் தெரிந்திருந்தன. அவற்றைப் பாடச் சொல்லி ஒலிப்பதிவு செய்தேன். புத்தக உருவில் உள்ள சவிட்டு நாடகங்களை, அவற்றின் அபூர்வமான பழைய பிரதிகளைத் தேடி வாசித்தேன்.

முன் தலைமுறை எழுத்தாளர் போஞ்சிக்கர ராஃபியும் அவர் மனைவி சபீனா ராஃபியும் சவிட்டு நாடகத்துக்கு செய்த மாபெரும் தொண்டால் அது இன்னும் அங்கங்கே உயிர்த்திருப்பதோடு, வசனமும் பாடல்களுமாக நாடகப் பிரதிகளும் அவர்கள் பதிப்பித்த புத்தகங்களாகக் கிடைக்கின்றன. சவிட்டு நாடகம் பற்றி ஒரு சுவாரசியமான விஷயம் என்னவென்றால் அவை தமிழில்

இயற்றப்பட்டவை. லத்தீன் மொழியின் வடிவமான பிட்ஜின் கலந்த தமிழ் அது. தமிழகக் கடலோர மாவட்டங்களிலிருந்து மலையாளக் கரைக்கு வந்த இந்த நாடகங்களை கேரளம் இருகரம் நீட்டி வரவேற்றுத் தனதாக்கிக் கொண்டது. தமிழ் நாடக வாத்தியார்களான அண்ணாவிகள் கொச்சி, எரணாகுளம் பகுதியில் ஈடுபாடு உள்ள எளிய மக்களுக்கு இவற்றைப் பாடி ஆடக் கற்பித்து சவிட்டு நாடகம் தமிழகத்தை விடவும் அதிகமாக இங்கே செழிக்கவும், அதன் ஆயுள் குறுகிய வடிவத்திலேனும் நீடித்து இருக்கவும் வழி வகுத்தார்கள்.

ஆக, லத்தீன் கிறிஸ்துவர்களின் பேச்சுமொழி, சவிட்டு நாடகம் என்று இரண்டு முக்கியக் காரணிகள் நாவலுக்கு வலுவாக அடித்தளம் அமைத்தன. கொச்சி பகுதியின் சமூக வரலாறு, டச்சு, போர்ச்சுகீஸ் ஆக்கிரமிப்பு வரலாறு, ஆங்கிலேயர்கள் வந்தது, போன நூற்றாண்டின் சமூக நிகழ்வுகளான வைசூரி தாக்குதல், அம்மை குத்துதல், பிரியாணியும், மசாலா தோசையும், மசாலா கடலையும், மக்ரோனியும் கேரளத்தில் அறிமுகமாகியது என்று மற்ற சமூகவியல் சார்ந்த சரித்திரமும் படித்தறிந்தேன். அந்தக் காலச் சமையல் குறிப்புகளையும் சேகரித்தேன். வானொலி வந்ததும், வீடுகளுக்குப் பெருமளவில் மின்சாரம் வந்ததும், பல தினப் பத்திரிகைகள் வெளிவரத் தொடங்கியதும் அந்தக் காலத்தில்தான். கதையில் அதெல்லாம் இடம் பெற வேண்டுமென நினைவில் குறித்துக் கொண்டேன்.

கேரளத்தில் முதல் கம்யூனிஸ்ட் அரசாக, தேர்தல் வெற்றிக்குப் பின்னர் ஈ.எம்.எஸ் நம்பூத்ரிபாட்டின் அமைச்சரவை பதவிக்கு வந்தது, அதை அகற்ற காங்கிரஸும், மதவாத, இனவாத அமைப்புகளும் நடத்திய விமோசன சமரம், கம்யூனிஸ்ட் கட்சி இரண்டாக உடைந்தது, கேரள காங்கிரஸ் உதயம் என்று கேரள அரசியல் வரலாறோடு, இந்திய எல்லையில் சீன ஆக்கிரமிப்பு, நேரு நிராசையடைந்து மரணம், சாஸ்திரி தொடக்கத்தில் கிண்டல் செய்யப்பட்டு, பாகிஸ்தானோடு யுத்தத்தில் வெற்றி பெற்ற பின்னர் கொண்டாடப்பட்டது என்று தேச வரலாற்றையும் மறுவாசிப்பு செய்தேன்.

பைங்கிளி சாகித்யம் என்ற வெகுஜன எழுத்து, இலக்கியமான எழுத்து என்று மலையாளப் புனைகதையின் இரண்டு சுவடுகளும்

நீட்சியடைந்து வளர்ந்து தடம் பதித்துப்போன வரலாற்றையும், வாழ்வில் ஒரு தவிர்க்க முடியாத அங்கமாகிப் போயிருந்த மலையாள, தமிழ் சினிமா, சினிமா கானங்கள் பற்றியும் தேவையான தகவல்களையும் சேகரித்தேன். கதாபிரசங்கம் போன்ற அப்போது பரவலாக நிகழ்த்தப்பட்ட கலை வடிவத்தையும் விட முடியவில்லை. இந்த அடித்தளத்தோடு நாவல் எழுத அமர்ந்தேன்.

இரா.முருகன் : இப்படியான உழைப்பும் ஆயத்தமும் இருந்ததால் தான் நாவல் பெருவெற்றி பெற்றிருக்கிறது என்பதை அறிவேன். நாவலின் கதைப் போக்கு குறித்துப் பகிருங்களேன்.

என்.எஸ்.மாதவன்: இது என் பிள்ளைப் பிராயத்தில் தொடங்கி பதின்ம வயது காலத்தில் நிறைவடைந்தாலும், என் புனைவரலாறு *(bio-fiction)* இல்லை. ஆகவே எது புனைவு, எது வரலாற்று நிஜம் என்ற மயக்கம் வாசிப்பில் எழாது. ஜெசிகா மூலமே பல இடங்களில் பெரும் வரலாறும் *(macro history)* இந்த குறும் வரலாற்றுக் கதையாடலோடு *(micro history)* இணைக்கப் படுகிறது. பழைய சரித்திரம் அவள் தகப்பன், கடலில் போய்ப் பல ஆண்டுகள் தொலைந்து போனவர் பட்டியலில் இருந்து திரும்பி வந்த பாட்டன் ஆகியோர் சொல்லி ஜெசிகா கேட்டு அறிந்ததாக நாவலில் வந்திருக்கிறது. ஜெசிகா கதையை நடத்தவில்லை. அவளைச் சுற்றி வரலாறு ஆறாகப் பிரவகித்து ஓடுகிறது. அந்தப் பிரவாகத்தில் அவள் நதியோடு போய் இறுதியில் அமிழ்கிறாள்.

இரா.முருகன் : அம்ருதா ஷெர்கில் என்ற 1940-களின் சிறந்த இந்திய வம்சாவளி ஓவியரும் அவருடைய புகழ் பெற்ற சில ஓவியங்களும் இந்த நாவலில் வருகின்றன. அம்ருதாவை ஜெசிகாவின் கொள்ளுப் பாட்டன் வலிய லூயி ஆசாரி சந்திப்பது நேர்த்தியான ஒரு நிகழ்வாகவும்,, செறிவான உரையாடலாகவும், பதிவாகியுள்ளது. நாவலின் மறக்க முடியாத பகுதிகளின் ஒன்று அது. அம்ருதா ஷெர்கில் கேரளத்துக்கு, கொச்சிக்கு வந்திருக்கிறாரா?

என்.எஸ்.மாதவன் : அம்ருதா வந்திருக்கிறார் என்றே எனக்குக் கிடைத்த தரவுகள் தெரிவிக்கின்றன. அவருடைய பிரசித்தி பெற்ற ஓவியங்களான மணவாட்டி ஒப்பனை, வேதம் ஓதும் பிராமணச் சிறுவர்கள் ஆகியவை இங்கே வரையப்பட்டவை என்ற கற்பனையை அந்தச் செய்திமேல் கட்டியமைத்து நாவல்

நடக்கிறது. இது நிகழ்ந்ததாகக் கற்பனை செய்த காலகட்டத்தில் அம்ருதா கன்யாகுமரியில் மகாத்மா காந்தியைச் சந்திக்கிறார் என்பது வரலாற்று உண்மை. கொச்சியிலிருந்து தான் அடுத்து கன்யாகுமரி போய் அங்கே ஒரு அரை நிர்வாண மாடலை வரையப் போவதாக அம்ருதா லூயி ஆசாரியிடம் சொல்கிறார். அது காந்தியடிகள் தான். வரலாற்றோடு கற்பனை அங்கே இசைகிறது

இரா.முருகன் : அதே போல் கம்யூனிஸ்ட் கட்சி இரண்டாக உடைந்ததும் தோழர் ஏ.கே.கோபாலன், தான் சார்ந்திருந்த மார்க்சிஸ்ட் கம்யூனிஸ்ட் கட்சிக்கு உறுப்பினராக எல்லா காம்ரேடுகளையும் சேர்க்க லந்தன்பத்தேரிக்கு வருவது.

என்.எஸ்.மாதவன் : அவர் அப்படி கொச்சியிலும் எர்ணாகுளத்திலும் மெம்பர்ஷிப் ட்ரைவ் நடத்த வந்ததை நான் பார்த்திருக்கிறேன். அந்த நினைவுகள் கதையில் பிரதிபலித்தன. தேசிய, கேரள இடதுசாரி அரசியல் வரலாற்றில் முக்கியமான நாட்கள் அவை.

இரா.முருகன் : திருச்சி பொன்மலையில் ரயில்வே ஊழியர் வேலை நிறுத்தத்தின்போது உயிரிழந்த தியாகிகளுக்காக எழுந்த நினைவு மண்டபம் பற்றி, தமிழகக் கம்யூனிஸ்ட் தலைவர் ப.ஜீவானந்தத்தின் ஜீவன் ததும்பும் சொற்பொழிவு பற்றி எல்லாம் குறிப்பிட்டிருக்கிறீர்கள். இந்தத் தலைமுறைத் தமிழர்களில் அநேகமாக எல்லோருக்கும், போன தலைமுறையில் பலருக்கும் தெரியாதது அதெல்லாம். நீங்கள் மலையாளத்தில் எழுதினாலும் தமிழ்நாட்டு அரசியல் சூழலைச் சித்திரிப்பதில் வெற்றி பெற்றிருக்கிறீர்கள்

என்.எஸ்.மாதவன்: நாவல் எழுத முடிவு செய்தபோது அது தொடர்பாக நிறையப் பயணம் செய்தேன். திருச்சிப் பயணமும், தியாகிகள் நினைவு மண்டபத்துக்குப் போனதும், வயதான தோழர்களை அங்கே சந்தித்ததும் நாவலில் இயல்பாக வர அந்தப் பயணம் உதவி செய்தது.

இரா.முருகன்: கம்யூனிஸ்ட் கட்சி பிளந்து, சொத்துகளைப் பிரித்துக்கொண்டது பற்றி.

என்.எஸ்.மாதவன்: கட்சி அலுவலகத்தின் கீழ்த்தளத்தில் இருந்த புத்தகக் கடையை இந்தியக் கம்யூனிஸ்ட் கட்சியும், மேல் தளத்தில்

அமைந்த அலுவலகத்தை மார்க்சிஸ்ட் கம்யூனிஸ்ட் கட்சியும் எடுத்துக் கொண்டது இங்கே நடந்த சம்பவம்தான்.

இரா.முருகன்: நீங்கள் பொதுவுடமைக் கட்சியில் உறுப்பினராக இருந்திருக்கிறீர்களா?

என்.எஸ்.மாதவன் : இல்லை. எஸ்.எஃப்.ஐ (SFI)யின் முன் கால வடிவமான மாணவர் இயக்கத்தில் உறுப்பினராக இருந்திருக்கிறேன்.

இரா.முருகன்: அதேபோல சவிட்டு நாடகம் பற்றிய நாவல் பகுதிகளும் மறக்க முடியாதவையாக உள்ளன. கள்ளுக்கடையில் லந்தன்பத்தேரிக்காரர் சந்தியாகுவும் நண்பர்களும் நிகழ்த்தும் காந்திமகான் சவிட்டு நாடகம் இதற்கு ஒரு உதாரணம். முதலில் வரும் விருத்தம் முதற்கொண்டு எல்லாப் பாட்டும் தமிழில் தான். பெரும்பாலும் பிழையின்றி வந்துள்ளது அதெல்லாம். நாடகத்தின் இறுதியில் காந்தி கோட்சேயை வதம் செய்வதாக மறு சரித்திர (alternate history) முடிவு சிறப்பானது. தமிழ் எங்கே படித்தீர்கள்?

என்.எஸ்.மாதவன்: (சிரித்தபடி) எனக்கு அவ்வளவு தமிழ் தெரியாது. பழைய சவிட்டு நாடகப் பிரதிகளைப் படித்து அந்த சந்தத்தில் எழுதிப் பார்த்தேன். உங்களுக்குப் பிடித்திருப்பதில் மகிழ்ச்சியடைகிறேன். காந்தி கோட்சேயைக் கொல்வதாக முடிவு வருவது அந்த எளிய மக்களின் அறம் - பாவம் என்ற இருமை சார்ந்த நம்பிக்கைகள், வாழ்வியல் கண்ணோட்டம், புரிதல் இவற்றின் அடிப்படையில் அமைந்தது. காந்தி படுகொலை செய்யப்பட்டதை அவர்கள் ஏற்றுக் கொள்ளவில்லை. அழிந்து போக வேண்டியது கோட்சே இல்லையா? அவர்களின் கலை அந்த முடிவைக் கொடுத்து சரித்திரத்தை மாற்றி வைத்துக்கொள்ளும். அவர்களைப் பொறுத்தவரையில் அது சரிதான்.

இரா.முருகன் : சவிட்டு நாடகத்தை தில்லி குடியரசு தினத்தில் நிகழ்த்தக் கூப்பிடப்படுவதாகவும், அந்தக் குழுவினர் நிகழ்ச்சிக்கு அப்புறம் நேருவை அவருடைய வசிப்பிடமான தீன்மூர்த்தி பவனில் சந்திப்பதாகவும் நாடகத்தில் ரோமானிய மன்னர் ரோல்தான் அணிந்த மணிமகுடத்தை அவருக்குப் பரிசளிப்பதாகவும் வருவது நிஜமாக நடந்ததா?

என்.எஸ்.மாதவன் : கிட்டத்தட்ட உண்மை. சவிட்டு நாடகம்

குறுகிய வடிவத்தில் தில்லி குடியரசு தினக் கொண்டாட்டங்களில் ஒரு பகுதியாக நிகழ்த்தப்பட்டது. அந்தக் குழுவைத் தலைமை வகித்துக் கூட்டிப்போன திருமதி சாபினா ராஃபி (எழுத்தாளர் போஞ்சிக்கர ராஃபியின் மனைவி) குழுவினரோடு நேருவைச் சந்தித்தார். இதெல்லாம் அந்தக் கால நிகழ்வுகளிலும் என் நினைவுகளிலும் அடக்கம்.

இரா.முருகன் : நாவலில் பெரும்பாலும் லத்தீன் கதோலிக்கக் கதாபாத்திரங்களும், மாதா கோவில் சார்ந்த நிகழ்வுகளும் சித்திரிக்கப்படுகின்றன. என்றாலும், வைசூரி போக, மாதா கோவிலில் இருந்து அம்பு ஒன்றை எழுந்தருளச் செய்து உலா நடத்துவது, லென்ட் காலத்தில் கொழுக்கட்டை சமைத்து விரதமிருந்து உண்பது போல கிறித்துவம் அல்லாத, இந்து சமயச் சடங்குகள் விரவியுள்ளதே?

என்.எஸ்.மாதவன் : அந்த மக்கள் பெரும்பாலும் இந்து தலித்களாக இருந்து, மதம், ஜாதி சார்ந்த அடக்குமுறை காரணமாகக் கத்தோலிக்கரானவர்கள். அவர்கள் போகும்போது தாங்கள் நேசித்த, கடைப்பிடித்த, கொண்டாடிய இந்து மதச் சடங்குகளையும் நினைவில் சுமந்து போனார்கள் என்பது உண்மை.

இரா.முருகன் : நாவலில், சமையல் கலைஞரான எட்வின் சமைக்கும் தம் பிரியாணிக்கான அரிசி பொங்குவது, மாமிசம் சமைப்பது, தம் வைப்பது என்று விரிவான செய்முறையும், தேவையான பொருட்களின் பெயர், அளவு விவரமும் தரப்பட்டுள்ளன. இந்தப் பகுதியையும், மட்டன் பசந்த் செய்முறை சொல்லும் பகுதியையும், மக்ரோனி பாயசம் வைக்கும் விதம் பற்றிச் சொல்லும் பகுதியையும் வாசிப்பது வேறு மாதிரி சுவையான அனுபவம். மொழிபெயர்க்க மகிழ்ச்சியளித்த பகுதிகள் அவை. அது சரி, கிருஷ்ணதுளசி என்று தம் பிரியாணிக்குச் சேர்க்க வேண்டிய பொருட்களின் பட்டியலில் கொடுத்திருக்கிறீர்களே, அது என்ன?

என்.எஸ்.மாதவன்: அது புதினா. கிருஷ்ண துளசி பழைய பெயர். இந்தத் தலைமுறை மலையாளிகளுக்கும் அது அவ்வளவாகப் பரிச்சயம் இல்லாதது.

இரா.முருகன்: கதையும், கதையாடலும் அங்கங்கே

சிதறுண்டதாகவும், பின் நவீனத்துவம் சார்ந்ததாகவும் வரும் இந்த நாவலைச் சோதனை முயற்சி என்பதிலிருந்து படிக்க எளிதாக, சுவையாக உங்கள் கதையாடல் மாற்றியிருக்கிறது. நாவலுக்கு என்ன மாதிரியான வரவேற்பு கிடைத்தது?

என்.எஸ்.மாதவன் : பிரசுரமானபோது, பெருவாரியான மக்களால் விரும்பிப் படிக்கப்பட்ட நாவல் இது. ஒரு ஓணம் பண்டிகை காலத்தில் பிரியாணி பகுதியை, மாத்ருபூமி இந்தக் கால அளவு முறைகள்படி தகுந்தபடி மாற்றி வெளியிட்டது நல்ல பாராட்டைப் பெற்றதை சிரிப்போடு நினைவு கூர்கிறேன். நாவலை மலையாளச் சமூகம் நன்கு உள்வாங்கியுள்ளது என்று சொல்வேன்.

இரா.முருகன் : கெட்டி அட்டை போட்ட, பைண்ட் செய்த ஹார்ட் பேக் பதிப்பாகவும், வழக்கமான அட்டையோடு கூடிய பதிப்பாகவும் இந்த நாவல் பிரசுரமான முதல் ஆண்டிலேயே 10,000 பிரதிகள் விற்றதாகக் கேள்விப்பட்டேன். நாவலை கம்யூனிஸ்ட் கட்சி எப்படி எதிர்கொண்டது?

என்.எஸ்.மாதவன் : எந்தவித எதிர்ப்பும் இல்லாமல்தான். ஓ.வி.விஜயனின் நாவலான கஸாக்கின் இதிகாசம் அவர் கம்யூனிஸ்ட்களைத் தவறாகச் சித்தரிக்கிறார் என எதிர்ப்புக்கு உட்பட்டது. ஆனால் கட்சி நிலைப்பாட்டை விமர்சித்திருந்தாலும், யாரும் லந்தன்பத்தேரியிலெ லுத்தினியகள் பற்றி எதுவும் எதிர்வினையாற்றவில்லை.

இரா.முருகன் : தமிழ் – மலையாள இலக்கியப் பரிமாற்றம் எந்த அளவில் இருக்கிறது?

என்.எஸ்.மாதவன்: இரண்டும் அடுத்தடுத்த மாநிலங்களில் பரவலாகப் பேசப்படும், எழுதி வாசிக்கப்படும் மொழிகள். மொழியோடு கூட, கலை, கலாச்சாரம், வழிபாடுகள், கொண்டாட்டங்கள், உணவு என்று பல விதத்திலும் ஒன்றுபட்டவை. எனினும் தமிழ் இலக்கியப் பரிச்சயம் மலையாளிக்கும், மலையாள இலக்கியப் பரிச்சயம் தமிழனுக்கும் மிகக் குறைவுதான். அண்மையில் இதை உணர்ந்தோம். தமிழ் எழுத்தாளர் பெருமாள் முருகனுக்கு எதிரே சாதி அடிப்படையிலான கருத்தியல் மற்றும் நேரடியான வன்முறை ஏவப்பட்டபோது நாங்கள் மலையாள எழுத்தாளர்கள் அவருக்கு ஆதரவாகப் போராட்டம் நடத்தினோம். ஆனால்

பெருமாள் முருகனின் எழுத்தையோ மற்ற சமகாலத் தமிழ் எழுத்தாளர்களின் படைப்பையோ பற்றி இங்கே அறிந்து கொண்டது குறைவுதான். தமிழ்நாட்டில் தற்கால மலையாள இலக்கியம் பற்றிய புரிதலும் அதேபடிதான் நிலவக்கூடும். இரண்டு தரப்பிலும் மொழிபெயர்ப்பாளர்களின் தீவிரமான செயல்பாடு தேவைப்படுகிறது. அது இருக்கட்டும், தமிழில் முக்கியமான நாவலாகிய சுந்தர ராமசாமியின் ஜெ.ஜெ சில குறிப்புகளுக்கும் லந்தன் பத்தேரியிலெ லுத்தினியகளுக்கும் ஒரு தொடர்பு உண்டு தெரியுமா?

இரா.முருகன்: அப்படியா?

என்.எஸ்.மாதவன்: ஆமாம், லந்தேன் பத்தேரியில் விமோசன சமரக் கோஷங்கள் உருவாக்கிப் பரபரப்பாகச் செயல்படும் மலையாள எழுத்தாளர் கதாபாத்திரம் நினைவிருக்கிறதா? சி.ஜே.தாமஸ். அவர் தான் சுந்தர ராமசாமியின் ஜெ.ஜெ.

(நிறைவுற்றது)

எழுத்து வடிவம் : இரா.முருகன்

டிசம்பர் 25, 2017

★★★